भेटीगाठी

शंकर पाटील

मेहता पब्लिशिंग हाऊस

- *या पुस्तकातील लेखकाची मते, घटना, वर्णने ही त्या लेखकाची असून त्याच्याशी प्रकाशक सहमत असतीलच असे नाही.*

BHETIGATHI by SHANKAR PATIL

भेटीगाठी : शंकर पाटील / कथासंग्रह

मराठी पुस्तक प्रकाशनाचे हक्क मेहता पब्लिशिंग हाऊस, पुणे.

प्रकाशक : सुनील अनिल मेहता, मेहता पब्लिशिंग हाऊस,
१९४१ सदाशिव पेठ, माडीवाले कॉलनी, पुणे - ४११०३०.

प्रकाशनकाल : २७ ऑक्टोबर, १९८२
मेहता पब्लिशिंग हाऊसची दुसरी आवृत्ती : जून, २०१० /
सप्टेंबर, २०१२ / फेब्रुवारी, २०१४ / मे, २०१६ /
पुनर्मुद्रण : जून, २०१८

मुखपृष्ठ : देविदास पेशवे

P Book ISBN 9788184981216
E Book ISBN 9789386175007
E Books available on : play.google.com/store/books
www.amazon.in

श्री. श्री. पु. भागवत
त्यांना–
माझी कथा
यांची कलादृष्टी
प्रमाण मानते.

अनुक्रमणिका

लोडणा

सोप्यात दोन घोंगडी अंथरली होती. गावातली चार वजनदार माणसं गोळा झाली होती. तक्क्याला टेकून गावचे सावकार मिठारी अण्णा मध्यभागी बसले होते. त्यांना लागून ग्रामपंचायतीचे चेअरमन भगवानराव पाटील होते. सोसायटीचे सभासद मलकूअण्णा मगदूम, तवणाप्पा शेटे आणि भावकीतले धाकटे काका संभाजीराव ही मंडळीही होती. त्या सगळ्यांच्या पुढ्यात, पानतंबाकूच्या डब्याजवळ घरचे मालक आबा पाटील मांडी घालून बसले होते आणि पाटलांचा मुलगा -बाजीराव- घोंगड्याच्या एका शेवटाला खाली मान घालून घुम्यागत बसला होता.

सगळे जमले तसा आबा पाटलांचा गडी चहानं भरलेला एक मोठा ठोक्याचा तांब्या घेऊन बाहेर आला आणि अंगावरच्या नेसूच्या धोतरानंच तो कपबशीत चहा गाळू लागला. पहिला मान मिठारीअण्णांना दिला आणि त्यांचं पिऊन होईपर्यंत तांब्यावर धोतराचा पदर धरून तो बसून राहिला. मग तीच कपबशी विसळून शेजारी बसलेल्या भगवानराव पाटलांना दिली. असा ह्या कडंसनं त्या कडंपर्यंत चहा फिरायला अर्धा घटका तरी मोडला. मग सगळ्यांनी पानाला चुना लावला आणि तोंडात तंबाकूच्या गुळण्या धरून बोलणं सुरू झालं. पिकपाण्याचा विषय आटपेना तसे आबा म्हणाले, ''आता घेऊ या वळंबा आपल्या विषयाकडं.. अण्णा, करा सुरुवात...''

घोंगड्याच्या एका टोकाला लांब बसलेला बाजीराव जरा चुळबुळला आणि शेजारी पडलेला अडकित्ता घेऊन तो आपल्या पायाची नखं काढत राहिला. आपल्याच नादात असल्याचं सोंग करून तो ऐकत बसला.

तक्क्यावरची मान उचलून मिठारीअण्णा जरा पुढं झुकले आणि बाजीरावाकडं बघत ते म्हणाले, ''काय बाजीराव, पोळी घालायची का न्हाई औंदा?''

बाजीरावानं मान वर केली नाही. तो आपल्याच नादात नखं काढत राहिला. तसे

भगवानराव पाटील डोळे मिचकावून म्हणाले, "अण्णा, असला अवघड प्रश्न पोराला हो का इचारता?" यावर सगळेच हसले आणि हसू ओसरल्यावर बाजीरावाचे धाकले काका म्हणाले, "बाबा, माझं लगीन कवा करतोस – असं म्हननारा आमचा बाजीराव न्हवं बरं का!"

मूळ विषयाला मोड फुटला तशी बाजीरावाची आई सोप्यातल्या दाराआड येऊन कान देऊन ऐकू लागली.

पुन्हा मिठारीअण्णा म्हणाले, "काय बाजीराव, उडवायचा न्हवं बार औंदा?"

यावर बाजीरावानं पायाच्या अंगठ्याचं नख जोरानं उपटून काढलं, तसं ते जिव्हाळी लागलं हे पाहून मलकूअण्णांनी त्याच्या हातातला अडकित्ता काढून घेतला आणि आपल्या मधल्या बोटानं त्याला डिवचून ते म्हणाले, "ए पोराऽ! अरं पेंगतुयास काय? बोल की – अण्णा काय इचारत्यात?"

तरी एक नाही, दोन नाही. अडकित्ता काढून घेतल्यावर बाजीराव थोडकं मागं सरला आणि पोत्यांच्या थप्पीला पाठ देऊन डोळं झाकून घेऊन गुमान बसून राहिला. हे बघून त्याच्या आबांना राग आला. मुटक्यासारखं डोळं करून त्यांनी मागं वळून बगितलं आणि ते फाडकन म्हणाले, "गिन्नीचा ऊद घाला त्याच्या म्होरं आनि हातात पायतान घ्या, म्हंजी जीभ उचलंल त्याची!"

आबा असे भडकलेले बघून बाजीरावाच्या आईच्या पायांतलं बळ निम्मं खलास झालं. ती दाराआडूनच म्हणाली, "तुमी बोलून सगळाच खेळ मोडशिला – तुमी आपलं गुमान गप बसा बगू. सांगनारं सांगत्यात आनि माझं पोरगं ऐकतया."

आबा कडाडले, "तुजं शेनपन मला नगंस शिकवू! माज्यापुरता मस्त शाना हाय म्या! असंच चांडं केलंस पोराला."

मगाधरनं गप असलेला बाजीराव फाडकन बोलला, "मला न्हाई लगीन करायचं."

सगळेच एकमेकांच्या तोंडाकडं बघत राहिले. तसे आबा म्हणाले, "मग काय जोगत्या हून फिरनार हैस, यल्लमाचा जग डोक्यावर घेऊन?"

आबांना शांत करत त्याचे काका म्हणाले, "पोरा, असं रं का अंगात याड आल्यागत बोलतुयास? सोबतंया का हे तुला?"

सगळेच त्याला बोलाय लागले तसं थोडकं शहाणपण त्यालाही आलं. "पण आबांनी येवजलेल्या पावन्यासंगं मला नाही सोयरिक करायची."

ह्यापायी तर आबांनी माणूस गोळा केलं होतं!

बाजीराव असा इदरकल्यानी होता. त्याच्या मनात भरलं ते खरं. सारा सवता सुभा. एकदा डोक्यात भरलं की मग एकच धरून तो चालायचा. इचार नाही-पाचार नाही- मनात येईल तसा वागायचा. आई-बाबा असलं तर उद्या बगायला येईल असं

म्हणणारा हुबाला गडी तो! त्याच्यापुढं आबांचं काय चालणार? त्यांचं काही चालण्यासारखं नव्हतं. म्हणूनच त्यांनी माणूस गोळा केलं होतं.

नेजेच्या शिर्क्यांची लेक त्यांनी मनी ठरवली होती. आबांना जातिवंत मराठ्यांचा दांडगा अभिमान होता आणि शिर्क्यांच्या एवढं उच्चीचं खानदान आसपासच्या दहापाच खेड्यांत गावण्यासारखं नव्हतं. पण भलतंच वेड डोक्यात घेऊन पोरगं मोडता घालत होतं.

आबांनी मंडळींना सवाल केला, ''बाबांनो, तुम्ही चार शानी मानसं हैसा, आता तुमीच सांगा – नेजेच्या शिर्क्यांची सोयरीक काय वंगाळ झाली?''

लगेच एकानं शिफारस केली, ''आबा, डोळं झाकून 'हूं' म्हनावं.''

दुसऱ्यानं इतिहास उघडला, ''अहो, शिर्के म्हंजे भोसल्यांच्या बुडक्यातले! शाण्णव कुळीतलं पंचम म्हणजे भोसले आणि त्यातलंबी एकत्र म्हणजे शिर्के! असं पावनं गावाय पुन्य लागतं – नशीबवान हाय बाजीराव!''

धाकल्या काकांनी त्यात भर घातली, ''अहो, ह्या पोरीची आई सोळा वरसं नांदली, पर कशी? तांदूळ पडलं तवा जी त्या वाड्यात एकदा शिरली, त्यावर मडंच भाईर आलं! अकबंद सोळा वरसं त्या भाद्दरानं बायकूला माडीवर ठेवली होती. अहो, सूर्याचं दिकून तोंड तिला नदरं पडू दिलं न्हाई. एका परातीत तिला माडीवर अंगूळ घालायचा आनि ते पानी सवता खाली नेऊन टाकायचा! मग बोला –''

यावर सगळेच चुकचुकले आणि मग मिठारी अण्णांनी बाजीरावाला विचारलं, ''पोरा, काय उणं हाय म्हणून मोडता घालतोस? सांग बघू...''

एकजण म्हणाला, ''पोराला काय विचारता? चांगलं वाईट त्याला कळतं तर असं याड त्यानं घेतलं असतं का?''

''न्हाई, पर त्याला बोलू द्या तर.''

आता बाजीराव काय बोलणार? सगळेच असे मातल्यागत बोलाय लागले; मग त्यानं त्यांच्यापुढं काय बोलावं? बाजीराव आपला गुमान बसून राहिला. अखेर त्याचे आबाच म्हणाले, ''म्याच सांगतो त्याच्या मनातलं – पोरगी जरा डावी हाय वाईस, रंगानं कमी, पर नाकाडोळ्यानं तरतरीत बरं का! बारा आने हाय – रुपया काय न्हवं! पर नुसता रंग घेऊन काय ऐन्यात बगत बसायचं हाय व्हय?''

''हेच का आनि काय?'' असं बाजीरावाला मंडळींनी विचारलं, तसं तो भडकून म्हणाला, ''आणि हाय उच्च ताडमाड! सोबंल काय मला ती?''

''खुळं म्हटलं तर 'ओ' देनार बगा हे!'' असं म्हणून आबा म्हणाले, ''जगात कुनाची बायकू उच्च असतीया का न्हाई? आता तुझी धाकली काकीच घे. काय संभाजीराव, तुमचं बिऱ्हाड तुमच्यापरीस किती उच्च हाय?''

''चांगली टिचभर आन्!'' असं म्हणून काका म्हणाले, ''व्हय, त्याला काय

हुतया? वरातीच्या वक्ताला वाईस ढुंगणाखाली जरा भर घातली म्हंजे झालं! मागनं कोन येतोय तुमची मापं काडाय?''

सगळे हसले. पण बाजीरावची समजूत निघाली नाही. ती अशी सहज निघण्यासारखी नव्हती. कारण मुलगी बघायला म्हणून जेव्हा बाजीराव दोस्त मंडळी घेऊन गेला होता, तेव्हा दिसायला काळीसावळी आणि शिडीगत उंच अशी ती मुलगी बघून त्याच्या दोस्तांनी त्याला म्हटलं होतं, ''लेका, ही तर तुला कडीवरनं घेऊन फिरवंल!''

असं चार लोकांनी नाक मोडलेल्या मुलीबरोबर लगीन करायचं म्हणजे काय? काय पोरींना महागाई आलीया काय? – हाच ठेका त्यानं कायमचा धरला होता. आणि एकदा एक मनानं घेतलं की ते बदलायला ती काय साधी आसामी लागून गेली? मग नावाचा बाजीराव कसला?

पण त्याचा हा हेका ह्या सगळ्या मंडळीपुढं कसा चालायचा? त्यांचं म्हणणं कसं मोडावं? त्यांचा शब्द ओलांडून जावं तरी कसं? त्यात आबांचा तर हट्ट पडला. काकासुद्धा आबांच्याच बाजूनं बोलाय लागले! एवढ्या सगळ्या मंडळींचं ऐकूने तरी पंचाईत – ऐकावं तरी पंचाईत. आता काय करावं तरी काय? बाजीराव येडबडला. काय बोलावं त्याला उमजेना.

तवर तवणाप्पा शेटे त्याला म्हणाले, ''अगा ए बाजीराव, म्या सांगतो ते ऐक – आबांचं मन मोडू नगं.''

मलकूअण्णांनीही लगेच घात साधली, ''आनि पोराचं हित आईबाला कळत न्हाई व्हय? का आईबापरीस तूच शाना लागून गेलास? मर्दा, ज्यांनी तुला जलम दिला त्यांचं मन मोडतोस!''

आपली खुळ्यात गत झाली असं बघून तो म्हणाला, ''आनि कुनाचीबी पोरगी करा, पर हिच्यासंग म्या न्हाई लगीन करनार–!''

''तू न्हाई, तुजा बा करंल! '' असं म्हणून आबा खवळले, तोंडाला येतील त्या शिव्या देऊन ते म्हणाले, ''समजुतीनं चार लोक सांगत्यात तर ऐकना.''

मग तो निकरानं म्हणाला, ''तुमचंच म्हननं खरं हुंद्या. करा लगीन. म्या हाय तयार! पर तिला कशी नांदवायची ते म्या बगतो.''

''तू मग कशीबी नांदीव. तुझा संसार तुझ्यासंगं. आमच्या नशिबातलं काय तुला मिळनार हाय, काय तुमचं आमाला मिळनार?''

''मग तयार हैस न्हवं बाजीराव?'' मिठारीअण्णांनी कबूल करून घेतलं.

''हाय तयार – काय व्हायचं असंल ते हुंद्या!''

हे ऐकून त्याच्या आईबाचा जीव भांड्यात पडला.

....सगळ्यांनी मिळून बाजीरावचा पीर कसा तरी उभा केला. चार लोकांच्या दाबाखाली बाजीरावानं बाशिंग बांधून घेतलं; खरं त्याच्या मनाचा कढ निवला नव्हता. हळद खेळताना तोंडातली हळद त्यानं बायकोच्या डोळ्यांत कोंबली. सुपारी सोडवताना रागारागानं त्यानं बायकोची बोटं मोडली...

लगीन झालं आणि तारा नांदायला आली आता इथनं खरा खेळ सुरू झाला– पहिल्या दिवसापासूनच त्याच्या कपाळावर आठ्या पडत चालल्या. बायकोचं तोंड दिसलं की गडी खवळलाच! इळ्याभोपळ्यागत दोघांचं नातं जमलं.

शिर्क्यांच्या खानदानी घरात सुखानं वाढलेली तारा झडती द्यायलाच सासरला आली. माहेरात तिच्या अंगाला बाहेरचा वारा कधी लागला नव्हता. कधी कामधंद्यानं ती शिणली नव्हती. पण बाजीराव एखाद्या चाकरीच्या गड्यागत तिला राबवू लागला. वड्याचं तेल वांग्यावर निघू लागलं. असला येडा धोंडा तिच्या गळ्यात पडला!

रोज चांदणी उगवायला ती उठायची. ढोरांचं शेणमूत काढायची, म्हशीच्या धारा काढायची, स्वयंपाक करायची आणि भाकरीची बुट्टी घेऊन पुन्हा रानात जायची. एवढं करूनही तिला सुटका नसायची. रानात आल्यावर बाजीराव एक घटका काय तिला निवांत टेकू द्यायचा नाही. मिरचीचा तोडा आला असला तर दिवसभर मिरच्या तोडायच्या, कापूस वेचायचा. मोट धरली की हळदीच्या, भाताच्या, उसाच्या फडात पाणी पाजायचं – ह्या इळभराच्या कामानं तिची कंबर तुटून पडायची.

दिवसभर ऊन तोंडावर घेऊन ती काळी ठिक्कर पडत चालली. गड्याबरोबर भांगलणी करून तिच्या हाताच्या तळव्यांना घट्टे पडत चालले. सुगीत तिच्या ह्या कामाला मोजमाप राहिलं नाही. भात बडवून तिच्या रट्ट्यातलं बळ गेलं. जोंधळ्यांच्या कणसांनी भरलेले हारे डोक्यावर घेऊन खळ्यावर जाताना तिच्या मानेचा काटा ढिला झाला. राशीतल्या जोंधळ्याला वारं देताना आणि गवताची गंज रचताना अंगाला कूस ढसून अहोरात्र तिच्या देहाची आग झाली आणि तारा एक वर्षाच्या आत पार हादरली आणि नुसती हाडं तेवढी बाकी राहिली.

एवढं करूनही बाजीरावाचं मस्तक वरचेवर खवळायचं. तो काहीतरी निमित्तानं तिला हा – हाणायचा! जेवायला बसलं आणि पुढ्यात भाकरी आली की हातात भाकरी किंवचत तो ओरडायचा, ‘‘तुझ्या बानं भाकरी केलती का अशी?’’

आईबाला टाकून बोललेलं तिनं कधी ऐकलं नव्हतं. ती टपाटपा डोळ्यांतनं पाणी टाकायची. मग जेवण टाकून बाजीराव तसाच उठायचा. काय सापडेल ते हातात घेऊन तिला ठोकाय लागायचा. फुकणी म्हणायची नाही – लाकूड म्हणायचं नाही, जे गावल ते घेऊन सणकाय लागायचा.

मग सासू-सासरा मध्ये पडायचे, ‘‘पोरा, असं रं का?’’ असं त्यांनी विचारलं

की तो गुरगुरायचा, “व्हय-तसंच.”

ताराला पोटाशी धरून सासू म्हणायची, “अरं, अपघाती लागून पटकन परान जाईल की रं!”

कुठून हे लगीन करून चुकलो असं आईबाला वाटाय लागलं. तांदूळ पडल्या पासून बाजीराव आणि त्याचे आईबाप ह्यांच्यात उभा दावाच सुरू झाला. हरएक गोष्टीत विरुद्ध जायचं एवढं त्याला ठाऊक. ‘उद्या हळदीचं रान भिजुंद्या’ असं आबांनी सांगितलं की मिरचीच्या पट्टीत पाणी सोडून मोकळा. ही बापलेकांची भांडणं रोज मिटवायची तरी कुणी? सुनेच्या बाबतीत तर कैकदा खडाजंगी झाली. आबांनी जोडा काढायलासुद्धा कमी केलं नाही; पण बाजीराव आवाक्याच्या बाहेर गेला होता. बायकोची कड घेऊन कोणी बोलाया लागलं की त्याचं मस्तक खवळायचं. तो म्हणायचा, “माझी बायकू हाय आनि म्या हाय! दुसऱ्याला मधी पडायचं कारान काय? म्या तिला कशी नांदवावी हे तुमी कोन सांगनार?”

मग आईबा तरी काय बोलणार? असल्या हुबाल्या पोरापुढं त्यांचं काय चालणार? आपलंच चुकलं म्हणून बिचारी आतल्या आत तळमळत राहिली. असलं गुणावर हागणारं हे पोरगं माहीत असून इनाकारनी त्या पोरगीचा गळा कापला ह्या जाणिवेनं ती बिचारी झुराय लागली. सांगायचं तेवढं सांगून दमली आणि मग जे होईल ते डोळ्यांनी बघत राहिली.

पण डोळ्यांदेखत रोज बघायचं तरी किती? सोसलं तर पाहिजे! त्यात चार लोक तोंडात शेण घालाय लागले. लोक आबांनाच बोलायचे, “आबा, सुनेला नांदवता का तिची वाट लावता?”

म्हातारा दुबळेपणानं म्हणायचा, “आता मी तरी काय करू बाबा? त्यांच्या जल्मात काय असंल तसं हुईल! रस्ता दावनारा वर बसलाय. त्यानंच बुद्दी दिली तर दिली. आमी पामरांनी इचार करून त्याचा काय उपेग?”

मार्ग दाखवणारा खुशाल झोपला होता आणि बाजीराव भलत्याच वाटेनं चालला होता. हुरूट पोरांचा विचार घेऊन तो वागत होता. ह्या छळाला कंटाळून तारा कायमची माहेरात जाऊन बसेल आणि आपल्या दुसऱ्या लग्नाला वाट मोकळी करून देईल अशी त्याची समजूत होती.

पण तारानं आपला धर्म सोडला नाही. ती खंबीर मनानं टक्कर देत राहिली. बायकांचा जल्म मागून आले आहे, तर हे सगळं सोसलं पाहिजे असं म्हणत रोज येणारा दिवस ती ढकलू लागली. सासूनं आणि तिनं मिळून कुठल्या कुठल्या देवाला नवस केले; पण देवही तिच्या नवसाला पावला नाही. हे असंच चाललं. थोडं अधिकच पण कमी नाही. पूर्वीसारखंच बाजीराव अंगात नालसाब आल्यागत वागू लागला.

ताराचा हा जाच बघून शेजारीपाजारी तिला म्हणायचे, ''बाई, जा तू आपली म्हायराला – ह्या काळाच्या दाढंत तू काय लई दिवस जगायची न्हाईस.''

ती म्हणायची, ''म्हायारला जाऊन काय करू? ज्या घरात मला दिलं, तिथंच सारा जलम काडाय पायजे न्हवं?''

तारानं सोसलं सोसलं आणि निभवेना झालं तेव्हा एक दिवस शेजाऱ्याकडून आपल्या बापाला तिनं सांगावा धाडला. सांगितलं, ''मला ह्यो जाच आता सोसंना- उभ्या उभ्या येऊन गेला तर मी डोळ्यांला दिसीन; न्हाई तर मला मातीत घातलं म्हणून समजा!...'

पण शिर्क्यांच्या खानदानी घरात जन्माला आलेला ताराचा बाप तिला घेऊन जाण्यासाठी आला नाही. लेकीचा सांगावा ऐकून त्याचं पित्त खवळलं. आपली लेक नांदत नाही म्हणजे काय? मराठ्याच्या घराण्याला केवढा कलंक हा! सांगावा घेऊन येणाऱ्या माणसालाच त्यानं सांगितलं, ''ती माझ्या पोटची लेक असंल तर नांदून तर एक खरी होईल, न्हाई तर त्या घरात मरून तर एक खरी होईल!'' असं सांगून त्यानं पुन्हा बजावलं, ''तिला सांगा, खऱ्या आई-बापाची असशील तर सरळपणानं नांदशील! आनि पुन्यांडाव असा सांगाबिंगावा धाडलास तर याद राखून ऱ्हा म्हनाव!''

आपल्या बापाचा हा निरोप ऐकून तारा पार इदाळली. आपल्या घ्याईत दुःख मावंना झालं म्हणजे पुरे होईतोवर ती रडायची आणि आपल्या मनाची समजूत घालायची.– 'माझ्या बाचंच बरोबर हाय. मला ह्या घरात दिली तवाच आईबाचं घर तुटलं. आता काय हाय आपलं त्या घरात? आई असती तर येऊन जाऊन तरी राहिली असती. आता कोन हाय? आनि मला नेऊन बा तरी काय करनार? काय पुजायची हाय मला? आपली लेक नांदत नाही हेच जगाला दिसनार न्हवं? शिर्क्यांच्या घराण्यात असं कवा घडलंय का? मग माझ्यापायी त्यास्नी का कमीपना? त्यापरास आपुनच हितं मेलो तर...?'

आणि मग बापाचं सांगणं तिनं खरं करायचं ठरवलं. एक नांदून तरी खरं व्हायचं; नाही तर ह्या घरात मरून तरी एक खरं व्हायचं!

दिवसामागून दिवस चालले; पण आयुष्य सरेना. रोज थोडा थोडा तिचा जीव कातरत चालला आणि तिचा बाप आपल्या घरी थंड मनानं बसून राहिला. लेकीचं कसं काय चाललंय हे बघायलाही तो आपणहून कधी गेला नाही – आला नाही. जनरीतीप्रमाणं एकदा-दोनदा सणाला आणली-घालवली येवढंच! 'तुझं कसं काय बाई?' असं त्यानंही विचारलं नाही आणि तारानंही सांगितलं नाही.

...सुगी बडवली. कामं संपली. ताराला वाटलं, आता विसावा मिळेल; पण बाजीरावानं तिच्यासाठी एक नवं काम उकरून काढलं. गावाला असलेल्या तांबड्या तळ्याचा गाळ उपसायचा त्यानं बेत केला. त्या तळ्यातला गाळ

खतापायी लोक रानात वापरायचे.

ग्रीष्मातलं ऊन विस्तू पाकडत होतं आणि बाजीराव गाळानं भरलेली घमेली ताराच्या डोक्यावर देत होता. दिवसातनं सहा-सहा गाड्या गाळ तिनं एकटीनं डोक्यावरनं नेऊन गाडीत भरला. आज संपेल, उद्या संपेल असं करत काम महिनाभर चालूच राहिलं. ह्या कामानं तारा हैराण झाली. ओझं वाहून वाहून तिच्या डोक्याचे केस झडले.

येवढं झालं तरी माहेराची आठवण तिनं काढली नाही. नवऱ्यासंगं ती भांडली नाही. चार-चौघींगत सासरला कंटाळून पळून गेली नाही. पण विसावा मिळाला म्हणजे ती पोट भरून रडायची आणि स्वत:च्या जिवाला विचारायची, ‘‘माझा कळवळा ह्यांना कसा येत नसंल? आता मी करू तरी काय?’’

ती अशी आतल्या आत सोसायला लागली तसा बाजीराव आणखी भडकत चालला. त्याला वाटलं – आता ही काळुंद्री बायकू आपल्या जन्माला पुजली. हिला काम लाव, हाणा-मार, पण ही काय मला सोडत नाही. बरं, नेऊन पोचवून यावं; तर शिर्क्यांच्या दराऱ्यामुळं तेही अवघड होतं. तो मनात म्हणायचा – ‘रांड पळून का जात नाही? आता हिला करावं तरी काय? ह्या न सोबनाऱ्या बाईबरोबर संसार तरी कसा करावा? चार लोकांनी नावं ठेवलेली पोरगी माझ्या गळ्यात बांधली काय? चार लोक जमवून माझ्या डोस्क्यावर धोंडा देता व्हय? पर म्या काय वाटलो तुमाला!...’

अशा ह्या विचारानं त्याचं डोस्कं पार बिघडलं! सदा अंगाला मुंगळं डसल्यागत तो वागू लागला. कधी कामाच्या रगाड्यात चुरा होऊन चाललेल्या ताराला तो म्हणायचा, ‘‘उगा फुकट मरशील! जा म्हायारला – तुलाबी वनवा नगो आनि मलाबी नगो!’’

पण तारानं डोळे झाकले होते. जे होईल ते भोगायचं येवढं तिनं ठरवलं होतं. केव्हा केव्हा भर मध्यान रातीला तो तिला अंथरुणातनं जागं करायचा आणि हातातला लखलखणारा विळा दाखवून म्हणायचा, ‘‘ह्यो इळा बगितलास का? निजल्या जागी तुझी कवा खांडोळी करीन ह्याचा पत्ता लागायचा न्हाई!’’

हे असं एकदा-दोनदा झाल्यावर ताराची झोप उडाली; पण डोळ्याला वाट सापडेना. कसं वागावं कळेना. ती मनात घोकू लागली – ‘मला आता नाडाय बसलं येवढं खरं. आता ह्या निमताला टेकलेल्याशी वागायचं तरी कसं? आता जाऊ तरी कुठं? राहू तरी कशी?’

...माळावरचा फफुटा मृगानं खाली बसला. नवे अंकुर फुटून पिवळा माळ हिरवा झाला. ओढ्यानाल्यांना पूर आले आणि विहिरी पाण्यानं भरू लागल्या. कुळव फिरवून भुसभुशीत केलेल्या जमिनीत कुरी फिरू लागल्या. कामधंद्यावाचून काही

काळ थंड बनलेलं गाव एकाएकी हडबडून जागं झालं आणि मग बाजीरावानंही नव्या नव्या कामाची आखणी केली...

...त्या दिवशी दिवसभर भुईमूग टोकणला. मोलमजुरीची माणसं रानातनं घरी परतली; आणि घटकाभरानं ताराही आता घरी परतणार होती म्हणून मातीनं भरलेले हात-पाय धुवायला ती विहिरीत उतरली. तवर बाजीरावही पायऱ्या उतरून खाली गेला.

कधी न येणारी शंका तिच्या मनाला शिवली आणि लटलट कापत ती त्याच्याकडं तोंड वर करून बघत राहिली. तो जवळ आला तशी मागच्या बाजूनं विहिरीच्या त्या दगडी भिंतीला तटणी देऊन ती उभी राहिली. न बोलताच बाजीरावानं तिच्या शेजारी उभं राहून पाय धुतले, आणि खाली वाकून तो चुळा भरू लागला. तशी तारा मागच्या अंगानं पायऱ्या ओलांडून दूर जाऊ लागली. दोन तीन पायऱ्या ती चढली असेल नसेल तवर सबागती मागच्या बाजूनं जाऊन बाजीरावानं गपकन तिच्या कमरेला कवळा घातला आणि गटळं फेकावं तसं त्यानं तिला खाली भिरकावून दिलं.

दण्णदिशी विहिरीच्या पाण्याचा आवाज होऊन तो त्या गाभाऱ्यात घुमत राहिला. ते शांत पाणी पुरुषभर उसळी घेऊन वर उडालं. पायरीवर उभ्या असलेल्या बाजीरावाच्या अंगावर त्याचे शिंतोडे उडून त्याच्या सबंध अंगावर काटा फुलून गेला.

एकाएकी झालेल्या त्या आवाजानं बाजीरावाचे आबा धावेवरून मोटवणावर धावून आले. मोटवणाच्या लाकडी चौकटीला हात देऊन त्यांनी वाकून खाली पाहिलं.

तळासनं उसळी घेऊन वर आलेल्या आपल्या सुनेचा एक हात त्यांना पाण्यावर आलेला दिसला. तसे आबा गारद झाले. ते मटकन् खाली बसून पायरीवर उभ्या असलेल्या बाजीरावाला म्हणाले, "अरं पोरा, हे काय केलंस रं!"

तवर आणखी एकदा उसळी घेऊन तारा वर आली. मघासारखाच तिचा एक हात पाण्यावर लोंबकळताना दिसला.

"अरं, काड रं तिला! अरारारा! मेली रं मेली पोरगी!"

आबांनी घायटा उडवला; तसा बाजीराव डोळे वटारून म्हणाला, "आता उगाच बोंबलू नगस; न्हाईतर सूनच्या सूनबी जाईल आनि हाय त्या पोरालाबी फासाला लावशील! गुमान हुबा -हा. चांगली तळाला बसूद्या आनि मग दंगा कर."

आबांचे हात-पायच मोडले. कपाळ धरून ते बसून राहिले. त्यांना भडभडून आलं. आपल्या दोन्ही गुडघ्यांत मान घालून म्हातारा दाटलेले हुंदके देऊ लागला...

पाणी एकसारखं हिंदकळत होतं. त्याच्या हेलकाव्यानं लपून बसलेल्या हिरव्या काळ्या बेडक्या टुणकन् उडी मारून कोरड्या दरडीवर येऊन बसल्या. लाटा जईवर

येऊन फुटत आनि पुन्हा माघारी जात. पाणी आदळून आदळून शांत झालं. तळाचा गाळ वर आला. पाठोपाठ लहान लहान असंख्य बुडबुडे वर येऊन फुटले. दरडीवरच्या बेडक्या पुन्हा उडी मारून दिसेनाशा झाल्या. कुजलेला पाला-पाचोळा कडेकडेनं फिरू लागला. पाण्यावर आलेला फेसही विरून गेला.

आणि मग बाजीरावानं खाली जाऊन नव्यानं खळखळून चूळ भरली आणि आता माणसं गोळा करायला हरकत नाही असं वाटून त्यानं आपला एक पाय पाण्यात घालून पुन्हा पाणी जोरानं ढवळलं. लाटा नव्यानं जईवर येऊन फुटू लागल्या... लपून बसलेल्या बेडक्या उडी मारून पुन्हा दरडीवर येऊ लागल्या. तसा बाजीराव तोंड वर करून आबांना म्हणाला, ''हं, आता मारा बोंब.''

■

खलिता

रानात नांगरटीचं काम सुरू होतं काळी माती उकलून येत होती. जमीन कातरत चालली होती. बैलांच्या चार जोड्या मान खाली घालून आणि पाय जमिनीत रुतवून पुढं चालल्या होत्या. 'द्दा द्दा द्दा' असा आवाज उठत होता, आणि हरीबा नांगराच्या फाळावर ध्यान देत मागनं चालला होता.

एवढ्यात "आबा!" असं हाका मारत त्याचं धाकटं पोरगं पळत आलं, तसा हरीबा थांबला. पोरगं का आलं म्हणून पाठ फिरवून उभा राहिला. ते जवळ आलं तसा तो म्हणाला, "का रं, काय झालं?"

पोरगं जवळ आलं आणि हातातला लिफाफा त्याच्या हातात देत बोललं, "हे काय आलंय बगा."

"लेका, हे टपाल हाय."

"तेच आईनं देऊन ये जा म्हनून सांगितलं."

"आईनं दे म्हनून सांगितलं आनि तू घेऊन आलास व्हय?"

पोराला पळून दम लागला होता. न बोलता ते नाकातोंडानं श्वास घेत उभं राहिलं आणि त्याच्याकडं बघत हरीबा बोलला, "तुझी आई एक शानी आनि तू दीड शाना – खरं का न्हाई?"

"काय झालं?"

"अरं तू टपाल घेऊन आलायंस हे खरं, पर ते हितं वाचनार कोन? लेका, हितं नांगूर चाललाय हे म्हाईत न्हाई व्हय तुमास्नी?"

दम घेऊन पोरगं बोललं, "काय सरकारी हाय म्हनं."

"कोन, पोलीस घेऊन आलता काय?"

"न्हाई, पोस्टातनंच आलंय."

"अरं मग सरकारी कशावरनं!"

"मास्तरला दावलं तर ते म्हनालं सरकारी हाय."

"आनि रं?" असं म्हणून तो जवळच्या झाडाकडे गेला, आणि सावलीत बसून पाकीट न्याहाळू लागला. सरकारी कागद आलाय म्हटल्यावर त्याला जरा हबकाच बसला. हरीबा जाऊन झाडाखाली बसला तशी नांगर थांबवून बाकीची मंडळीही तिथं गोळा झाली. "काय हो मालक, काय झालं?" असं म्हणत गडी माणसं जवळ आली आणि उदास चेहरा करून बसलेला हरीबा बोलला, "काय ह्यो सरकारी कागुद आलाय कसला."

सरकारी कागद म्हटल्यावर कुणालाच कशाचा बोध झाला नाही. सारीच नुसती तोंडाकडं बघत बसली आणि एकानं विचारलं, "मग काय आलंय म्हनायच हे?"

"तेच काय कळंना झालंय."

"सरकारी म्हंजे गवरमिटचं असंल काय तरी."

दुसरा एकजण बोलला, "लेका, गव्हरमेंट आणि सरकार काय दोन हैत व्हय?"

"कुनाला म्हाईत, दोन हैत का एक हाय?"

असंच बोलणं सुरू झालं आणि एकानं शंका काढली, "मालक, नोटीसबिटीस असंल हो कसली तरी."

मान हलवून हरीबा बोलला, "छे रं? नोटीस कसली येतीया?"

"कायतरीच शंक्या काडतोय? नोटीस याला मालक काय नाबर हैत काय? कुनाचं दोन पैसं देणं हाय त्यास्नी? दुसरंच काय तरी असंल."

"मग दुसरं काय म्हनायचं?"

"ते वाचल्याबिगार कसं कळनार?"

"मग फोडा की. बगू काय हाय ते."

हरीबा म्हणाला, "आनि फोडून काय करायचं? "

"न्हवंऽऽ बगा की काय हाय ते."

"आनि कोन शाना हाय हितं वाचायला? "

"तेबी खरंच म्हना. नुसतं फोडून काय बगत बसायचं हाय त्या कागदाकडं?"

पोरानं टपाल आणून दिलं आणि सगळ्यांनाच पेच पडला. काय असेल आणि काय नाही ह्याचा पत्ताच लागेना झाला. त्यात सरकारी कागद म्हटल्यावर कोडंच पडलं. सगळीच डोक्याला हात लावून बसली आणि एकदम एकाच्या डोक्यात प्रकाश पडला. त्यासरशी तो म्हणाला, "अहो, कोपरेटीव फार्मिंगचं काय तरी आलं असंल बगा!"

"व्हय त्याच्या बायली! परवा काय तरी असा कायदा झालाय म्हनं."

"कायदा झालाय काय म्हंतोस? सरकारनं तसा 'ला'च केलाय! आता गावोगाव

लागू हुनारच हाय ते!''

एक म्हणता नाना गोष्टींचा खल सुरू झाला. काय असेल हे मात्र कुणालाच काही कळेना झालं. नुसते तर्क सुरू झाले, तसा एकजण बोलला, ''व्हय हरीबा, तुझा थोरला पोरगा सुट्टीला आलाय न्हवं? कालेजात हाय न्हवं त्यो? मग त्यो वाचून दावंल की.''

झाडाच्या बुडक्याला टेकून हरीबा बोलला, ''मग मी हितं डोस्कं धरून बसलो असतो का?''

''न्हाई, परवा कोन तरी म्हनालं तुमचा पांडा सुट्टीला आलाय म्हणून.''

''आलाय हे खरं की, पर हितं कुटं हाय? चार दिवस जाऊन येतो म्हनून त्यो गेलाय मामाच्या गावाला.''

''असं व्हय? अरं मग असं का करत न्हाईस?''

''कसं? ''

''अहो आपलं पंत –''

''कोन, राजारामबापू?''

''व्हय, त्यांच्याकडं जाऊन या जावा की. अहो इंग्रजी वाचत्यात की ते.''

''बरी आटवन केलीस.'' असं म्हणून हरीबा लगबगीनं उठला आणि रानातला नांगर तिथंच सोडून गावाकडं निघाला. हे काय सरकारी काम आलंय त्याला कळेना झालं. त्याचा उलगडा झाल्याशिवाय चैन पडेना झाली. काय आलंय हे समजल्याशिवाय तोंडात पाणी घ्यायची पंचाईत झाली. तो सपाट्यानं गावाकडं निघाला. काय असेल आणि काय नाही ह्याचा विचार करत पाय उचलू लागला.

विचार करण्यासारखेच दिवस आले होते. काय सरकारी भानगड असेल ह्याचा काय नेम होता? कूळकायद्याची काय भानगड आलीय? का छत्तीशाचं लचांड आलं? का सामुदायिक शेतीचा दट्ट्या आला? काय आलं म्हणून समजायचं?

हरीबाच्या पोटात भीतीच पडली. ही एक नवी काळजीच उत्पन्न झाली. आपल्या नावानं सरकारी टपाल यायचं कारण काय? सरकार कुठं! आपण कुठं! आणि आपल्या गरीबाची आठवण सरकारला का व्हावी? आणि येवढा अलबत खलिता का धाडावा? कॉलेजात असलेलं स्वत:चं पोरगं जिथं आठवणीनं पत्र लिहीत नाही, तिथं सरकारनं पत्र का धाडावं? बरं, ना कुणाच्या अद्यात ना मद्यात! कुणाची चाडीचुगली नाही. चोरीमारी नाही. ही काय भानगडच नाही. वर्षाचा सारा भरायचा तसा भरलाय. त्यात काय एका पैचं देणं नाही. मग आपला संबंध आला कुठं? चळवळ म्हणावी तर त्यात कधी आपलं अंग नाही. मग ही भानगड काय असावी?

हरीबाचं डोकंच चालेना आणि दुसरा काही विचार सुचेना. काही तरी लचांड

आपल्यामागं लागलं हे गृहीत धरूनच तो घरला आला.

त्याच्या बायकोलाही हीच काळजी लागली होती, मास्तरनं सरकारी पत्र आहे म्हणून सांगितल्यापासून तिच्या काळजानं ठाव सोडला होता. ती त्याचीच वाट बघत बसली होती.

तो दारात आल्या आल्या ती म्हणाली, "काय भानगड आलीया ही?"

त्याचा चेहरा उतरून गेला होता. डोळे काळजीनं आत ओढले होते. डोक्याचा पटका न काढताच तो खाली बसत म्हणाला, "काय भानगड आलीया कुनाला दक्कल? मास्तर काय सरकारी हाय म्हनालं व्हय?"

"मी इचारलं, कुटनं आलंय बगा. तर खालवर बगून गप्पच बसलंऽऽ. मी म्हटलं – का मास्तर, असं गप्प का? – तर मग बोललं, हे सरकारातनं टपाल आलंय."

"मग काय आलंय ते काय सांगितलं न्हाई म्हन? "

"ते मी इचारलं, पर ते म्हनालं, हे सरकारी टपाल हाय, मी काय फोडत न्हाई."

मान हलवून तो बोलला, "फोडलं न्हाई ते एक बरं केलं. काय भानगड असली तर धा लोकात बभ्रा व्हायला नको."

"त्योच मीबी इचार केला आनि टपाल पोराजवळ देऊन त्याला पिटाळला. "

थोडा वेळ गप बसून तो बोलला, "ती चूक केलीस तू."

"चूक कशी? म्हटलं, तसंच येता येता कुनाकडनं वाचून घेता का बगावं."

"नुसतं पोराला लावून द्याचं. मी आलो नसतो?"

"मग आता काय बिगाडलं."

तो रागानं म्हणाला, "काय बिगाडलं म्हणून काय इचारतीस? ही गोष्ट रानात चार लोकास्नी कळली. आता गावात धा लोकास्नी कळंल!"

"नुसतं टपाल आलंय येवडंच म्हनतील."

"वाऽऽग शाने!" असं म्हणून तो बोलला, "अगंऽऽ आपलं लोक काय सरळ हैत व्हय? आधीच हे दिस अशा तऱ्हेचं आल्यालं! अर्थाचा अनर्थ व्हायला काय येळ लागनार?"

त्याचं बोलणं बरोबर होतं. एकाचं दोन करून सांगायला लोक काही कमी करणार नव्हते. सरकारी टपाल आलंय म्हटल्यावर काही तरी पाणी मुरतंय असंच धरून चालणार की लोक! पण हा विचार त्या बाईला आधी सुचला नव्हता. ती भाबडेपणावर गेली ही तिची चूकच झाली होती. वाचा गेल्यागत ती गप बसून राहिली, तसा हरीबा बोलला, "गाडविने! सरकारी टपाल म्हटल्यावर आधी ते लागू करूनच घ्याचं न्हाई. मालक न्हाईत, जावा, म्हनायला येत न्हवतं तुला?"

ही तिची दुसरी चूक झाली होती! हाताची मूठ आपल्या हनुवटीला लावून ती गपगार बसली. तसा तो बोलला, ''टपाल दाकल करून का घेतलंस?''

ती आपला खुळेपणा सांगू लागली, ''मला हो काय भोळीला ह्यातलं कळनार? टपाल आलं तसं मला वाटलंऽऽऽ''

''काय वाटलं तुला भोळीला आनिऽऽ?''

''म्हटलं, लेकीनं कागुद धाडला आसंल.''

''शानी सांगाय लागलीया!'' असं म्हणून तो बोलला, ''आटवनीनं कागुद धाडनारी लई मायाची लेक आलीया का न्हाई तुझी? कवा कागुद आलता तिचा तुला?''

''म्हटलं, एकांद्या येळंस आनि कुना पैपावण्याचा आला असंल.''

''पै-पावनीच्येऽऽ'' असं उद्‌गारून तो म्हणाला, ''एकांदा पावना मेला तर त्याचा कागुद येत न्हाई! आणि कुटल्या पावन्याचं टपाल वाटलं तुला?''

ती निरुत्तर होऊन गप्पच बसली. काय बोलणार? एक सोडून दोन चुका केल्या होत्या. आता गप बसण्याशिवाय गत्यंतर कुठं होतं? आपलाच गाढवपणा म्हणून ती गप बसून राहिली. तोही विचार करत राहिला; पण मनातनं गोष्ट काही जाईना झाली. आणि तो एकाएकी उसळून म्हणाला, ''लाजमुडे! टपाल दाकल करून घेतलंस ते घेतलंस आनि वर ते पोराच्या हातात देऊन मळ्याकडं धाडून दिलंस?''

''अहो, काई तरी म्हत्त्वाचं असंल म्हनूनच धाडून दिलं.''

''अग पर तिथं कोन तुझा शाना जावाई का इवाई बसला हुता वाचायला?''

त्याचा पारा चढत चालला तशी ती म्हणाली, ''गप बसा आता. चूक झाली माझी म्हंते न्हवं?''

''बरं, लावून दिलंस ते दिलंस, पर ते कुना तरी थोरल्याच्या हातानं तरी लावून द्याचं हुतंस! सरकारी टपाल हाय हे म्हाईत असतापैकी तू ते पाच वर्साच्या बिझ्याा पोरासंगं कसं धाडून दिलंस म्हंतो मी!''

त्याचा राग शांत व्हावा म्हणून ती म्हणाली, ''तीबी माझी चूक झालीऽऽ''

पण तो गप्प न बसता पुढं बोलू लागला, ''पाच वर्षाचं पोरगं ते काय आनि असला म्हत्त्वाचा कागुद तू त्याच्या हातात देतीस ते काय! कुटं घाळ झाला असता तर काय घ्याचं त्याचं? भरून येनारी वस्तू हाय काय ती?''

''ते झालं की. पर एवडा कागुद घाळ करायला त्याला काय समजत न्हाई?''

''तुला समजतंय ते त्याला समजनार! एवडी तीस-चाळीस वर्सांची तू घोडी झालीस, तर तुला अजून अक्कल ईना, ती त्याला काय येनार!'' असं म्हणून तो हळू आवाजात बोलला, ''अगं किती केलं तरी गुडग्याएवडं पोरगं हाय ते. कुनीबी

एकानं वादाडात देऊन त्याच्या हातातला कागुद जर काडून घेतला असता, तर मग?''

तीही रागानं म्हणाली, ''उगच सारखा अर्थाचा अनर्थ करत बसूने!''

''मीच आनि अनर्थ करतो व्हय? शाबास! भले माझी आईऽऽऽ''

''अनर्थ न्हाई तर काय? वादाडात देऊन हातातला कागुद घ्यायला ती पाचधाची नोट हाय व्हय?''

तिच्या अकलेची कमाल करत तो म्हणाला, ''अगंऽऽ हे दिस कशा तऱ्हेचं आल्यात आनि आपुन कसं वागावं ह्याची काय अक्कल हाय का तुला? तुझ्या पाचधाच्या नोटीला कोन किंमत देतोय आज? बगता बगता एकेकाच्या जिमनी हातातनं निसटाय लागल्यात! सध्याला ज्याचा त्याचा डोळा दुसऱ्याच्या जिमनीवर हाय. फुकटचं कसं गावंल हिकडं लोकांचं ध्यान हाय. सरकारदरबारी सगळी हीच भालगड चालल्याली हाय. कोपरेटीव्ह फार्मिंग आलंय, छत्तीसे आलंय, कुळकायदा तर पैल्यापासनंच हाय! सरकारातनं काय ईल ह्याचा नेम न्हाई आणि तू अशी बेसावद म्हटल्यावर मग तुला काय म्हनायचं!''

एवढं सगळं चित्र डाळ्यांपुढं उभं करून तो म्हणाला, ''काटीला सोनं बांधून खुशाल काशी रामेसुराला जान्याचं दिस इसरा आता ते! जुनं दिस ऱ्हायलं न्हाईत. म्हा कठीन काळ आलाय. अगं, आपला येऊन जाऊन चार एकर ऊस हाय, तर त्यातलाबी एक एकर जानार हाय म्हनं! हे काय दक्कल तुला?''

''बरा जाईल! का कुनाचा मागून आनलाय व्हय जायला?''

तो दोनदा तीनदा मान हलवून बोलला, ''बगा आता! गेला म्हंजे कळंल तुमाला.''

एवढी सगळी भानगड ऐकून त्या बिचारीच्या तोंडचं पाणी पळालं. वरवर विचार करण्यासारखा काळ आता राहिला नव्हता. कधी काय होईल ह्याचा नेम नव्हता. बेसावध राहण्याचं दिवस नव्हतं. तिच्या नवऱ्याचं बोलणं काही खोटं नव्हतं.

थोडा वेळ थांबून तो बोलला, ''अगं, लोक लई पाताळयंत्री झाल्यात! हीर काडायची तर भूमीच्या पोटात घुसून पानी बगत्यात, मग आपल्यासारख्याचं पानी कुटं टिकायचं? जित भूमातेचा टिकाव लागत न्हाई, तितं आपला काय लागनार?''

''काय टिकाव लागतोय आपला!'' असं म्हणून ती मनाशीच विचार करत बसली आणि फुदकन बोलली, ''आपून खुळं-भाबडंच की वो!''

तिला पटलं तसा तोही गप बसून राहिला. दोघंही कपाळाला हात लावून बसले आणि मग त्या टपालाविषयी सतरा विचार मनात येऊ लागले, तशी ती म्हणाली, ''आता बसलाय का?''

“तर काय करू?”

“कुनाला तरी दावून वाचून तर घ्या जावा की. काय आलंय हे बगायला नगं?”

“आलंय म्हंजे बगायला पायजेच.”

“मग जावा की. कुनाला तरी दावून या, जावा.”

दोन्ही हातांनी आपलं डोकं धरून तो बोलला, “कुनाकड जाऊ? कुनाला दावू?”

“मास्तर वाचून दावतील की.”

“खुळी तर नसशील. अग, रोज छप्पन्न पोरांशी संबंद येनार त्याचा! त्याच्या तोंडात गोष्ट ऱ्हाईल का? एकाजवळ बोलला म्हंजे झालं. गावभर व्हायला किती उशीर लागंल!”

ती विचार करून म्हणाली, “तेबी खरंच हाय. मग कुनाकडं वाचून घेता?”

“कुनाकंडं घ्याचं? आपलं वाचनारं पोरगं ऐतं सुटीला आलं हुतं, तर तेबी मामाकडं जाऊन बसलंय.”

“आपली येळच म्हनायची!” असं म्हणून ती त्याच्याकडं बघत राहिली आणि त्यानं विचारलं, “राजाराम पंतांच्याकडं तरी जाऊन येऊ का?”

“काय एकादस इचारून येता?”

“एकादस इचारायला मी काय गळ्यात माळ घातलीया!”

“मग कशाला जाता पंताकडं?”

“हेच की, काय आलंय बगून येतो.”

त्यालाच खळ्यात काढून ती म्हणाली, “पंतांकडं वाचून घेन्यापरीस मग आपलं मास्तर काय वाईट? निदान आपल्या जातीतला तर हाय.”

“न्हाई ग, तसा पंत चांगला मानूस हाय.”

“काय म्हाईत हाय तुमाला? गप बसा. मानूस दिसतंय तसं नसतंय आनि म्हनूनच जग फसतंय. म्हाईत हाय?”

एक म्हणता दहा गोष्टी ती पंतांबद्दल सांगू लागली तसा तो म्हणाला, “अगं, पर आपलं त्याचं कुटं वाकडं हाय?”

“वाकडं न्हाई ते वाकडं करून घेता व्हय?” असं म्हणून ती सांगू लागली, “अवं, त्यो हुशार डोक्याचा मानूस हाय. काय फायद्याची गोष्ट असली तर त्यो उचलून मोकळा हुईल आनि आपल्याला तोंडाकडं बगायची पाळी ईल! त्याच्या नादाला कशाला लागता?”

मग टपाल कुणाकडून वाचून घ्यावं हा पेचच पडला. सध्याच्या जगात कोणावर विश्वास ठेवावा? कोणावर विश्वासच बसत नव्हता. सहज कोणाला तरी दाखवावं आणि त्यानं गळ्याला तात आणली तर? हे काय दिवस आले असं वाटून

तो म्हणाला, "गावात एक चक्कर मारून तर येऊ जाऊ का?"

"का? येळ जाईना व्हय घरात तुमाला?"

"तसं न्हवं, आनि कुनाला असं लिवून आलंय का बगून येतो की."

ती म्हणाली, "खुळं तर न्हवसा? अवं, आनि कुनाला लिवून आलं असलं तर त्यो काय तुमाला दावनार हाय का? काय इकायचा जिन्नस हाय, तवा त्यो समोर मांडून बसंल?"

"तसं न्हवं. बोलता बोलता अंदाज घेऊन येनार."

"भारी अंदाज घेनार पडला! गप बसा घरात. अंदाज घ्याला म्हनून जाशीला आनि आपलाच अंदाज देऊन येशीला! जग कसं काय हाय म्हाईत हाय न्हवं तुमाला? तुमीच आपल्या तोंडानं सांगितलं न्हवं आत्तापतूर?"

"ते झालं खरं."

"मग काय तर! मग कशाला भाईर पडता? सरळ सकाळी दिस उगायला उठून माज्या म्हायारला जावा आनि तिथं आपल्या पोराला टपाल दावा. गुमान वाचून घेऊन या. ह्या कानाचं त्या कानाला कळू देऊ नगा."

"मग उद्या सकाळपतुर कशाला थांबू?"

"आज जायचं म्हंता?"

मान हालवून तो बोलला, "सरकारी कामाला येळ कशाला लावायचा? काय हाय ती भालगड बगाय पायजेच की."

"मग तसं करा."

घोटाळल्यागत करून तो म्हणाला, "का असं करू?"

"कसं?"

"सरळ एशटीत बसून वकिलाकडं जाऊ? काय धाईस रुपया द्या लागलं तर जाई नात का; पर समद्या गोष्टीचा उलगडा तर हुईल."

"आदी पोराकडं जाऊन या की, काय हाय ते बगा आनि मग वकिलाकडं जावा."

तो म्हणाला, "अगं, काय तरी कायद्याची भालगड असली तर पोराला काय कळनार? निष्कारनी येळ मोडायला नगो."

"मग थेट वकिलाकडंच जावं म्हनता व्हय?"

"तेच मला बरं दिसतंय. हिकडं जा तिकडं जा असं करन्यापरीस सरळ जाऊन गाटतो की."

थोडा वेळ विचार करून ती म्हणाली, "नगो, तुमी एकटं वकिलाकडं नका जाऊ."

"का, एसटीत बसून नीट जायला ईना व्हय मला?"

"तुमाला जायला ईल खरं, पर तुमी जाऊ नगा."

"अगं, पर काऽऽऽ?"

"असं का करता? ते काय पंढरपुरला जायाचं हाय का? अवो, वकिलाकडं जायचं हाय!"

"मग काय हुतंय?"

"आनि काय हुतंय म्हटल्यावर काय सांगायचं? माझं सादं बोलनं तुमाला कळंना, आनि मग वकिली तिडा कसा कळनार? म्हनून म्हनते, आदी पोराकडं जावा, त्याचा इचार घ्या आनि त्याला संगं घिऊन मग वकिलाकडं जावा."

तिचं बोलणं ध्यानात येऊन तो म्हणाला, असं करू म्हणतीस व्हय!"

"हा, असं करा; आनि कुनी इचारलं, तर काय भालगड सांगत बसू नगा. न्हाईतर अशान् असा कागुद आलाय म्हणून पुरान लावत बसशीला कुटंतरी."

"कशाला सांगत बसू मी; मला एवडं कळंना व्हय?"

एकदम आठवण येऊन तिनं विचारलं, "रानात चार लोक जमवून त्यास्नी काय सांगत बसला न्हवतासा न्हवं?"

"खुळी का शानी! मग गुमान तिथनं उटून घरला कशाला आलू असतू?" असं विचारून तो तिच्याकडं बघत राहिला.

तितक्यात काठी टेकत दादू पाटील अंगणात आला. मान वर करून म्हणाला,

"काय हरीबा, काय भालगड गा?"

"काय न्हाई बसलुया आपलं बोलत."

या न म्हणताच तो आत आला. हातातली काठी भुईला आडवी टाकून बसला आणि मान हलवत त्यानं विचारलं, "काय, वरनं लिवून आलंय म्हनं तुला?"

हरीबा आणि त्याची बायको एकमेकांच्या तोंडाकडं बघू लागली. तसं त्यानं पुन्हा विचारलं, "काय टपाल आलंय वरनं?"

हरीबाला काही बोलणं सुचेना, तशी तीच म्हणाली, "कोन म्हनतंय काका? कुनी सांगितलं तुमाला?"

दादू पाटील म्हणाला, "कोन सांगाय कशाला पायजे? गावात चार लोक बोलाय लागल्यात, ते कानांवर आलं."

"काय न्हाई, ती तगाईची भालगड हाय."

"मग असू द्या." असं म्हणून तो म्हणाला, "छत्तीशाची काय तरी भालगड आलीया असं कळलं; म्हनून म्हटलं, इचारावं."

"त्यातलं काय न्हाई." असं म्हटल्यावर पाटील उठला आणि जास्त न बोलताच काठी टेकत निघून गेला.

तिनं विचारलं, "तुमी फोडल्यालं दिसतंय."

"ही बग न्हाई ती कलागत! मी कशाला जाऊ फोडायला?"

"मग गावात कसं झालंय?"

"तुला म्हटलं न्हाई, लोक टपल्यालं असत्यात म्हनून? अगं, मानूस लई बेरकी झालंय आजकाल! जो तो मागावर असतोय म्हनंनास."

एवढ्यात गुरवाची आदुबाई लगालगा आली आणि दारातनंच डोकावून म्हणाली, "काय हुकूमनामा आलाय म्हनं तुमास्नी?"

हरीबा म्हणाला, "व्हय, आलाय."

"कसला आलाय गा?"

"द्रोनइस्ताऱ्या लावायचा!"

झटक्यानं मागं फिरत ती म्हणाली, "असा का बोलतोस गा?"

"तर काय सांगायचं?"

अंगणात उभं राहून ती बोलली, "मानूस सरळ इचारतय तर सरळ बोलाय येत न्हाई?"

तो म्हणाला, "म्हातारे, काय हुकूमनामा आल्याला न्हाई? काय न्हाई; जा फुडं."

"मग असू द्या!" असं म्हणून ती बोलली, "मला वाटलं, काय जप्तीबिप्तीची भालगड आलीया का काय कुनाला दक्कल!" असं म्हणून ती पुढं चालू लागली.

सकाळी टपाल आल्यापासून गावात हूल उठली होती. ह्या कानाची बातमी त्या कानाला होत साऱ्या गावभर झाली होती. गुरवाची आदुबाई गेली आणि पाच महारं गोळा होऊन आली. एके जागी अंगणात उभी राहिली. त्यांना बघून हरीबानं विचारलं, "का रं, का आलाय?"

ती गप्प उभी राहिली. लौकर कोण काही सांगेना झालं, तसं हरीबानंच दटावून विचारलं, "काय बोला की रं?"

तास अर्धातास घोळ घातल्यावर एकानं सांगून टाकलं, "काय तुमची उसाची जमीन सरकारात जाती म्हनं."

"गेली तर गेली. आता काय करायचं मग त्याला?"

एकाला वाचा फुटली. तो म्हणाला, "जानार हे नक्की असंल तर आमाला तसं सांगून टाका. निच्चळ काय तरी कळू द्या."

हरीबानं विचारलं, "का रं, तुमाला कशाला पायजे कळायला?"

"न्हाई म्हंजे, मग आमाला इचार करायला बरं."

"तुमाला काय बरं?"

"तुमची जमीन जर सरकारजमा झाली तर मग आमी धापाच लोक मिळून त्याची मागनी करू तशी."

“तुमी मागनी करता व्हय?”

“व्हय. काय हरीजन लोकास्नी अशा जिमिनी मिळनार हैत म्हनं.”

हरीबा म्हणाला, “शाब्बास! भले बहाद्दर! म्हंजे आमच्यावर टपलायंच म्हना की तुमी! वा रं वाघानू! आता माझ्या दारात उभा ऱ्हाऊ नगा. मुकाट्यानं रस्ता कातरा!”

“तसं न्हवं. समजुतीचा घोटाळा करून घेऊ नगा...”

“तुमीच घेऊ नगा. आदी चालाया लागा! कुनी शान्यानं हे सांगितलं तुमाला?”

एकानं सांगितलं, “सकाळी तुमीच रानात बोलला म्हनं.”

“आनि ते तुमच्या कानापतूर आलं का?”

हरीबाची बायकोही बसलेली उठली आणि दारात येत म्हणाली, “आमची जमीन तुमी बळकावायला बसलायसा व्हय? अरं, ती काय फुकट आलीया काय? वाडवडलांनी आपल्या निढळाचा घाम गाळलाया बाबानू त्यात!”

हरीबाही तावातावानं म्हणाला,

“अरं, आंदन मिळाल्याली न्हाई मला ती!”

“तेच म्हंतो आमीबी. एकदम असं कसं हुईल? किती केलं तरी जिमीन हाय ती!”

अशी बतावणी करून एकानं हळूच विचारलं, “बरं मग मालक, काय खलिता आलाय सरकारी?”

“आमाला आलंय मंत्रीपद! ते तुमाला घेऊन काय करायचं?”

काही दुम लागेना तशी मंडळी निघून गेली आणि ती तोंड वाजवून म्हणाली,

“एवडं मला शानपन शिकवत हुता आनि तुमी रानात बसून ह्यो कारभार केलाय व्हय? वर आनि काय फोडल्यालं न्हाई म्हनून मला सांगत्यात! हिकडं आना त्यो कागुद.”

“काय करतीस?”

“मीच जाऊन येते म्हायाराला.”

“म्हंजे पंदरा-तीन आटवडं घोर न्हाई याचा.”

“मग बसू नगा. उटा, जावा असंच.”

जेवण नाही, खाण नाही, कशाची शुद्ध नाही, हरीबा उठला आणि एक धोतराचा पिळा काखेत मारून तो बाहेर पडला. त्याला आत बोलावून ती म्हणाली, “तितं गारानं लावून बसू नगा. फक्त पोराला दावा. त्याचाच तेवडा इचार घ्या.”

“तर मग जगाला कशाला सांगत बसू? ती काय बक्षिसी मिळालीया व्हय, तवा मिरवत बसू?”

“जगाला नसलं तरी आपल्या सासुसासऱ्यांस्नी कानी सांगत बसशीला म्हनून

म्हनते. भित्तीलासुदिक कान असत्यात हे ध्यानात धरून वागा. कुनाजवळ बोलू नगा बरं काऽऽऽ... काऽऽय?...''

हरीबा निघाला. तोंड मिटून गेला. कुणासंगं बोलणं नाही, चालणं नाही. घरातनं बाहेर पडला तो थेट सासुरवाडीला जाऊन पोचला.

पोराला एकट्याला गाठून खलिता तेवढा दाखवला आणि आता तो काय सांगतोय ह्याची वाट बघत बसला. त्याचा जीव घाबरा होऊन गेला होता. काय ऐकायला मिळणार आणि काय नाही हे काही समजत नव्हतं. तो पोराच्या तोंडाकडं टक लावून बसला.

पोरानं पत्र वाचलं आणि स्वत:शीच आश्चर्य करत तो बोलला, ''हे साधं खताविषयीचं पत्र आहे - शेतकी अधिकाऱ्याचं.''

त्याचा जीव भांड्यात पडला. सकाळपासून लागलेली काळजी नाहीशी झाली. चटकन उठावं आणि बाजारातनं एक शेरभर पेढे आणून वाटावेत असा आनंद त्याला झाला. दिवसभर काळवंडलेला चेहरा एकदम हसरा करून तो बोलला, ''म्हंजे काय भालगड न्हाई म्हन. वकिलाकडं जान्याची काय पाळी न्हाई...''

''कसली भानगड आणि वकील म्हणता? अहो हे खताबद्दलचं पत्र आहे. आपल्या गावात कोणीही वाचून दाखवलं असतं की! त्यासाठी तिथनं हितवर धापा टाकत आणि तंगड्या तोडत कशाला आला? बरं, गाव तरी काय जवळ आहे? चांगली पंधरा–सोळा मैल वाट तुडवत आलाय आणि तेही नुसत्या ह्या पत्रासाठी?''

हरीबानं तोंडावरचा घाम एकवार पुसला आणि खुळ्या कावऱ्यागत आपल्या पोराकडं बघत तो म्हणाला, ''काय सांगायचं बाबा! दिवसभर काय जिवाला चैन हुती? नुस्ती अक्काबाई आटीवली बग! बाबा, दिस लई निराळं आल्यात... न्हाई तर मी काय खुळाबागडा हाय व्हय, तिथनं हितवर तंगड्या तोडत याला?'' असं म्हणून त्यानं पटक्यातली चंची बाहेर काढली आणि तंबाकू चिमटीत धरून तो म्हणाला, ''देवाशपथ सांगतो तुला! ह्यो खलिता आल्यापासनं आता तंबाकूची आटवन झाली बग मला. ही पैली चिमुट बग!''

■

शेर

तिन्हीसांज होताच मी शेतावरून चक्कर मारून घरी आलो. आई सोप्यातच बसली होती. मी आल्याबरोबर ती म्हणाली, "हात-पाय धू आणि जरा डबऱ्यातल्या काकीकडं जाऊन ये."

"का?"

"मघापासनं दोनदा बोलवाय लाऊन दिलतं."

मग शंका आली. काकीचा डिगा तापानं पडला होता. मी आईला विचारलं, "का? पोराला जास्त आहे का?"

"दुपारी जाळानं भाजत होतं पोर!"

कपडे न काढताच मग हात-पाय धुतले आणि 'जरा जाऊन येतो तर' असं सांगून बाहेर पडलो.

आमच्या या काकीचं घर जरा रस्ता सोडून खालच्या खोलगट भागात आहे, म्हणून आम्ही तिला डबऱ्यातली काकी असं म्हणतो. हळूहळू सगळेच लोक तिला या नावानं ओळखू लागले. पावसाळ्यात पाणी दारात येतं. दलदल होते. उन्हाळ्यातून अनेकदा लांबडी पायात येतात; पण काका दुसरं घर बांधणार नाहीत. तसं म्हणाल तर ते गरीब नाहीत. काकानं चांगलं गठळं करून ठेवलंय! कुटुंबही लहानच. काका आणि काकी एकुलतं एक पोर डिगा. डिगा आहे आता चौदा-पंधरा वर्षांचा. पोरगं तसं नशीबवान आहे. एकट्यानं मरूस्तवर बसून खुशाल खावं...

येवढ्यात पाय ठेचाळला म्हणून टॉर्च लावला. काकीचं घर आलं होतं. मी रस्ता बेतानं उतरू लागलो. अंधारात काकीच्या घरी जाताना हे वाटेत आडवेतिडवे पडलेले दगड कधीकधी पाय ओढतात. म्हणून नीट खाली बघून पाय ठेवावा लागतो. पण ही काळजी आमच्यासारख्यांनाच घ्यावी लागते. काका कधी कंदील हातात घेणार नाहीत.

घराच्या तोंडालाच गोठा लागतो. दोन म्हशी आणि एक-दोन रेडे दावणीला असायचेच. घरात दुभतं कधी तुटत नाही. एक उडाली की दुसरी दूध देऊ लागते. दुभत्याला काका कधी हयगय करत नाहीत. दोन वेळा एकेक तांब्या दूध ते स्वत: घेतात. जोकून-मापून खाणं त्यांना माहीत नाही. आमच्यासारख्या शहरी माणसांची या खाण्यावरून ते नेहमी थट्टा करतात.

उंबऱ्याजवळ आल्यावर पुन्हा टॉर्च लावला. एका हातानं विजार वर धरली; कारण काकीच्या या उंबऱ्याजवळ गोठ्यातल्या शेणामुताची गटारं नेहमी वाहत असतात. उंबऱ्याच्या आतल्या बाजूला त्याचं एक डबकं तयार झालं होतं. प्रकाशाच्या झोतात डास आणि घुंघुरट्याचे थवे घोंगावत फिरताना दिसले आणि साठलेल्या शेण-मुताचा एक प्रकारचा उग्र वास एकदम नाकात वस्सकन शिरला! भरल्यापोटी हा वास आला तर माणसाला ओकारी यावी असा! एक लांब ढेंग टाकून मी मधल्या चौकात आलो. समोरच्या सोप्यातच डिगा पडून होता. एक जाड जिन अंथरलं होतं आणि अंगावर एक मळकी पासोडी पांघरून डिगा त्यावर डोळे झाकून गुंगीत पडला होता. मी पायऱ्या चढून सोप्यात आलो. माझ्या पायाच्या आवाजानं चुलीपुढं बसलेली काकी आतूनच म्हणाली, "कोन हाय?"

"मी बाळासाहेब."

"बाळासाहेब व्हय?" असं म्हणत ती बाहेर आली. म्हणाली, "आलास? बरं झालं. मघाधरनं तुझीच वाट बगत हुतो. बस."

डिगा पडला होता त्याच जिनवर मी बसलो. तापानं पोराचं तोंड आकसलं होतं. डोळे आत ओढले होते. ताप अजमावण्यासाठी त्याच्या कपाळाला तळहात लावून पाहिला. ताप काही जास्त नव्हता. शिवाय धीर द्यावा म्हणून मी काकीला म्हणालो, "तसा काय जास्त नाही ताप."

पण काकी सांगू लागली, "न्हाई बाळासाब, आता जरा निवलाय ताप. न्हाईतर त्यो खाईमच अंगात हाय. दुपारी तर नुसतं अंगाचं रसकं होतंय! आज चार दिस झालं, अंगातला ताप काय जाईना. त्यात आज शिरपा पंडितानं सांगितलं की पोर कोलापुरला न्हेलं पायजे. ताप काय सादा न्हवं! तवा आता कसंकसं करायचं बाळासाब? ह्यो इचार करायपायीच मी तुला बोलीवलं." असं म्हणून काकी माझ्या तोंडाकडं बघत राहिली.

मी विचारलं, "श्रीपा पंडित म्हणतोय तरी काय?"

"त्यो म्हंतोय ह्यो ताप काय असातसा न्हवं – मुत्तीचा ताप हाय!"

"मग काकी, डिगाला कोल्हापूरला नेलेलं बरं."

काकी थोडी चिंतातुर झाली. डिगाच्या अंगावरची पासोडी सारखी करून ती म्हणाली, "बाळासाब, माझंबी मत हेच हाय; पर हे आता त्यास्नी कसं सांगायचं?

पुतण्याचं एकांद्या येळंला ऐकतील, तवा तू तर त्यास्नी सांगून बगशील?''

''काकी, ह्यात सांगून बघायचं काय? स्वत:च्या पोराची काळजी घ्यायला दुसऱ्याकडून शिकायचं असतं व्हय?''

पण काकी म्हणाली, ''आरं बाबा, त्यांस्नी न्हाई पटायचं हे!''

''का नाही पटायचं?''

''ह्या आवशिदावर इस्वास नगो त्यांचा? उभ्या जल्मात आवशीद कसलं ते बगितल्यालं न्हाई त्यांनी! मग सांग, त्यास्नी कसं पटायचं हे?''

येवढ्यात चौकात दण्ण असा आवाज झाला. काका गवताचा एक जंगी भारा घेऊन रानातनं आले होते. कुडतं झाडत मला म्हणाले, ''काय बाळासाब, आज कुनीकडं दिस उगावला?''

मी म्हटलं, ''का?''

मग काका आपल्याशीच हसले आणि सोप्याच्या पायरीवर बसून म्हणाले,

''बरा फिरकलायस आज तिनीसांजचं?''

''कधी येत नाही काय काका?''

''कवा येतोस? तू आता शिकलासवरलास! आपल्याच नादात गर्क असतोस, आमा आडान्याबरोबर काय बोलनार गा तूऽऽ!''

आमचं हे बोलणं असं चाललं असताना काकीनं पाण्याचा तांब्या आणून दिला. त्या पायरीवरच उभं राहून काकांनी पाचपाच दोन चुळा भरल्या. पाणी तोंडात खुळखुळलं सुद्धा नाही आणि मग राहिलेलं पाणी भाडकन एका दमात पायांवर ओतून घेतलं. टाचा तशाच वाळ्ळ्या राहिल्या, पण तिकडं त्यांचं लक्ष नव्हतं. असली काळजी ते कधीच घेत नाहीत. धोतराच्या सोग्याला तोंड पुसून झाल्यावर मिशा सारख्या करत काका म्हणाले, ''हं, आता कवा जानार कोलापुरला? जायचा टॅम आला असंल की आता?''

''होय, आता जायचंय की चार दिवसांत.''

''बरं बाबा, शीक शीक, चांगलं नाव काड शिकूनशान!'' असं म्हणून काका टक लावून माझ्याकडं बघत राहिले आणि मग हसून म्हणाले, ''वयाच्या मानानं शिक्षान दांडगं झालं गड्या तुझं! पर बाळासाब, बावडी मतूर पार ढासळली बाबा तुझी! अरं, ऐन उमेदीत असं तर म्होरं कसं व्हायचं तुमचं?''

मी विषय बदलत म्हणालो, ''काका, आता आमची प्रकृती ही अशीच! पण ह्या डिगाला काय औषधोपचार करताय का नाही? त्याच्या अंगाला हात लावून जरा ताप तरी बघा.''

काका पायरीवरून न हलताच म्हणाले, ''कशाचा ताप! वरावरा फिरतया तवा अंग ऊन झालंया झालं. त्यात काय बगायचं हाय?''

"अहो, मग त्यावर काही उपाय करायला नको का?"

काका हसून म्हणाले, "आरं, शीन जायचा ताप ह्यो. त्यावर कसलं आवशीद घेऊन बसलाईस? खरं सांगू, हे असं पडून ऱ्हायलं की आजार वाडतुया बग! अरं, खोकला-पडसं-ताप हे अंगावरच काडायचं रोग. चांगलं दोन डाव म्हंताना चार डाव कतरून जेवलं की तापबिप सगळं पळत्यात आपल्या गावाला!"

काकांचं हे डॉक्टरी ज्ञान ऐकून मी थक्क झालो. आता पुढं बोलायची काही सोयच राहिली नव्हती. तरीपण त्यांना समजावून सांगितलं पाहिजे असं वाटलं आणि मी म्हणालो, "काका, हा साधा ताप नाही. मुदतीचा ताप आहे हा. तुम्ही थट्टेवारी नेऊ नका."

"अरं ह्यात थट्टा कसली! इचार की तुझ्या काकीला, म्या कवा आवशीद खाल्ल्या का? पर आमची बावडी अजून हाय का न्हाई पोलादावानी? ताप आला तर एक भाकरी चड खायाची हे माझं आवशीद! हसू नगं, इचार की काकीला..."

आता काकीला काय कपाळ विचारू? यात खोटं काय होतं? काका पन्नासाच्या घरातला माणूस, पण अजून पंचविशीतल्या गड्यागत तगडा! एक केस पिकला नाही की कुठ सुरकुती नाही. पेट्टाला शेरमापटं शेंगा अजून फोडतात. ऊस खायचा तर शेंड्यापासनं बुडक्यापर्यंत! गुऱ्हाळात ऊन काकवी प्यायची तर ती तांब्यानं! गूळ खायचा तर असा तसा नाही, चांगली आपल्या हातानं वित घालून! माझ्या जन्मापासून बघतोय – काकानं कधी अंथरूण धरलंय असं मी ऐकलं नाही. कणकण आलीच तर ती अंगावर काढायची-हा त्यांचा इलाज. अंथरुणावर पडून कधी स्वस्थ विश्रांती घेणार नाहीत. हातानं काम होईना झालं तर नुसतं वरावरा फिरत राहतील, पण घरात येऊन लवंडणार नाहीत. काकांचा हा खाक्याच निराळा. त्यांच्या ह्या रानदांडग्या शरीरानं न टोचून घेता प्लेगचा उंदीर पचवलाय. मग त्यांना ह्या अशा तापाचं काय भय वाटणार! आणि म्हणूनच आता त्यांना कसं सांगायचं - त्यांच्या डोक्यात कसं भरवायचं, याचा विचार करत बसलो.

येवढ्यात काका पायरीवरून उठले आणि डिगाजवळ येऊन म्हणाले, "ए ऽऽ पोरा डिगा, लेका, तिनिसांजचं उटून बसायचं काय न्हाई? ऊट, ऊट... पडायला काय झालं रं असं मुरगाळून? ऊट बाबा.. ऊट रं माझ्या पाड्या वासरारंऽऽ तिनिसांच्चं हातरून धरूने रऽऽ" असं म्हणून काका त्याला उठवून बसवण्यासाठी अंगाला हात लावून हलवाय लागले.

मी म्हटलं, "अहो काका, उठवताय कशाला? पडू द्या हो त्याला स्वस्थ." स्वैंपाकघराच्या चौकटीतून काकीही बिचकत बिचकत म्हणाली, "दुपारी जाळानं होरपळत होतं पोर! उटवू नगसा त्याला."

त्याबरोबर काकांनी चौकटीकडं नुसतं एकवार बघितलं. काकी तोंडाला कुलूप

घालून गप बसली. काकांचा तसा दरारा दांडगा! उंबऱ्यात पायताण वाजलं की काकी भिऊन गाबागाब व्हायची. लहानपणी आम्ही पोरंसुद्धा त्यांना वचकून असू. आता मी शिकलोय म्हणून आगळपगळ बोलतोय, नाही तर असं ज्ञान पाजायला गेलो असतो, तर ए ऽ ऽ क दिली असती ठेवून! म्हणून अजूनही त्यांच्याशी बोलताना मनात भीती असतेच. काकी गप बसलेली बघून मीही जरा दबकलोच. म्हटलं, आता गप बसावं हे बरं.

तशात स्वैंपाकघराच्या दिशेला बघत काका खेकसले, "भाईर तिनिसांज करकरलीया आणि पोर हातरुनावर पडून ऱ्हाउद्या व्हय? बर ऽयला, एकेक न्यारंच वळन लागाय लागलंया की!" असं म्हणून काकांनी डिगाच्या कमरेखाली एक हात घातला आणि त्याला उठवून बसवत ते म्हणाले, "हं ऽ ऽ बग. असं बसावं रं जरा ऽ ऽ हं ऽ ऽ चांगलं मागं असं सप्पय. हैशार जाना! कुटं हाय आता ताप? गेला गांडीला पाय लाऊन? ताप न्हाई आन् फिप न्हाई. उगच साँग लावलंय झालं सगळ्यांनी!"

न राहवून मी बोललो, "काका, ह्या तापात अशी हलवाहलव चांगली नव्हे! कशाला बसवता त्याला?"

काका रोखून बघत म्हणाले, "शिकलास म्हनूनशान मलाबी शिकवाय लागलास व्हय?"

"तसं नव्हे काका..."

"तर कसं?"

मी न बोलताच मान खाली घातली. उजव्या अंगाच्या एका किडलेल्या दाढेला जिभेच्या टोकानं टोकरत बसलो, तसा दाढेत भरलेला कापसाचा बोळा जरा बाहेर आला. तो नीट बसवावा म्हणून तोंड 'आ' करून एक बोट आत घातलं. हे पाहताच काकांनी आश्चर्यानं विचारलं, "बाळासाब, दात किडलं का काय रं?"

मुद्देमाल समोर होता. तेव्हा खोटं बोलून काय उपयोग? अर्थात काकांच्या बोलण्यानं थोडा ओशाळलो आणि म्हणालो, "होय, एक दाढ जरा किडलीय."

"जरा आणि लई, किडलीया न्हवं?"

आणि ह्या गोष्टीचं त्यांना इतकं आश्चर्य वाटलं, की स्वैपाकघरात असलेल्या काकीला सांगण्यासाठी मोठ्यानं म्हणाला, ए ऽऽ ऐकलंस काय? आमच्या बाळासाबाचं दात किडाय लागलं बग!"

मी प्रथम जेव्हा चाळशी लावली तेव्हाही त्यांना असंच नवल वाटलं होतं; पण 'वाचून-वाचून' नजर कमी झाली असा त्याचा त्यांनी अर्थ लावल्यामुळे त्यांच्या मनात माझ्याबद्दल नाही म्हटली तरी एक कौतुकाची भावना होती. आज मात्र ते म्हणाले, "अरं, अजून तुझं दोनीचं चार व्हायचं - पोरं व्हायची-नातवंड-परतुंडं तू

बगायचा आणि आत्ताच जर तुझं दात कमी आलं तर कसं व्हायचं मग?''

''कसं होईल तसं होईल!''

पण काका यावर म्हणाले, कसं होईल तसं होईल म्हनजे? अरं दात कशानं आत आलं?''

''आता काका, हे कसं मला कळणार? मी काय डॉक्टर आहे होय?''

''अरं, ह्याला डागदार काय करायचा? म्या एक अडानी मानूसहून सांगतो की...अरं च्याऽरं तुमचा! च्या प्या की च्या ऽऽ! इळातनं ईस वेळा च्या प्या म्हंजे दात ऱ्हातील शाबूत तुमचं!''

मी म्हटलं, ''काका, चहानं दात किडतात म्हणून कुणी सांगितलं?''

''कुणी सांगितलंय म्हणूनशान असं उरफाटं इचारू नगस. ह्याला कोन सांगाय लागतोया काय? आता बगतोच की आमी! रोज च्या घोटनाऱ्या मानसाच्या बावड्या बगा आणि आमचंबी हाड बगा.'' आणि असं सांगून मला त्यांनी विचारलं, ''जुंदळ्याचं पोतं पाटीला लाऊन न्हेतूस का ह्या गोट्यापतूर?''

मी हसून म्हटलं, ''काका, ह्या बोलण्यात काय अर्थ आहे!''

''का रं? काय झालं तुमास्नी? तुमच्या वयाचा मी असताना दोन मोटेचं पानी मी एकटा पाजत होतो! खातासा बोकडासारखं आनि वाळतासा का लाकडासारखं? कशानं रं? ह्यो च्या बरं का तुमचा! तुमचा ह्यो च्या खेड्या-पाड्यांत घुसला आणि मानसाच्या अंगातलं रगात अन् रगात अळळ्! भाकरी नसली येळंला तर चालंल पर ह्यो च्या पायजे आदी! थू त्याच्या! अरं ह्या च्यानं ध्याई वाळतीया – ह्यो च्या काय चांगला म्हंतोस?''

असं चांगलं एक लांबलचक व्याख्यान काकांनी या चहावर ऐकवलं. अशा अलीकडच्या अनेक नव्या गोष्टींवर काकांचा फार दात आहे. आरोग्याबद्दल त्यांच्या कल्पना ह्या अशा आहेत. पण सुदृढ प्रकृती राखली पाहिजे म्हणणाऱ्या या काकांचा डॉक्टरी औषधोपचारावर विश्वास नाही. आजच्या तरुण पिढीला डॉक्टराशिवाय चालत नाही, हे त्यांना माहीतच नाही...

मग थोडा वेळ असाच गेला आणि पुन्हा एकदा बेतानं डिगाबद्दल बोलणं काढलं. औषधाची महती पटावी म्हणून अनेक गोष्टी मी त्यांना सांगितल्या टायफॉइड हा रोग किती घातकी आहे–आजकाल तो किती 'कॉम्प्लेक्स' बनत चालला आहे, याचं पुरेसं भडक वर्णन मी केलं. पण या गोष्टींचा आमच्या काकावर काय परिणाम झाला म्हणता काय? परिणाम नाही अन् बिरणाम नाही! तेच उलट मला म्हणाले, ''खुळ्या, काय सांगतुयास मला! अरं, मानसाचं नशीब असं डागदाराच्या हातात असतं तर कोन मेलं असतं का ह्या जगात? अरऽऽ एकांद्याचा शेरच संपला ऽऽ तर डागदर काय रडतुया त्याच्या म्होरं बसून! का ऽऽय तरी पैसं

काडायचं साँग हाय झालं!''

मी म्हटलं, ''असं कसं म्हणताय काका?''

''कसं म्हंजे? लांब कशाला ऽऽ, तुजा बा पडला तवा डागदारानं येऊनशान काय केलंऽऽ? सुई टोचल्याचं पैसं तेवडं खिशात घातलं आणि मोटार येशीत गेली न्हाई तवर म्हताऱ्यानं जीव सोडला!''

''काका, पेशंटचा जीव चालला की मग तुम्ही डॉक्टरकडे धाव घेता. मग गुण कसा येणार?''

पण ते मला म्हणाले, ''कुटलं रंऽ ऽ, शेर संपला की सारं थकतया बग. मग डागदार येऊ द्या, न्हाईतर डागदाराचा बा येऊ द्या! सटवाईनं कपाळावर लिवल्यालं डागदार येऊनशान काय पुसनार हाय व्हय?''

मग बराच वेळ असंच ते बोलत राहिले. मला पटावं म्हणून डॉक्टर येऊन सुद्धा गावात आजपर्यंत किती लोक दगावले याची त्यांनी एक लांबच्या लांब यादीच माझ्यापुढं तयार केली. शेवटी काकीच म्हणाली, ''आता फुरं करा बोलनं. बाळासाबाला घेऊन जेवायला बसा.''

हे ऐकताच मी जाण्याच्या तयारीत उठून उभा राहिलो. काका म्हणाले, ''कुटं रं?''

मी म्हणालो, ''नाही, जातो घरी. आई वाट पाहील.'' आणि मग मनाचा हिय्या करून म्हणालो, ''तेव्हाऽऽ डिगाला कोल्हापूरला नेऊ या उद्या काका. ऐका माझं. आता काय तुम्हाला दहा-वीस पोरं नाहीत!''

काका म्हणाले, ''खुळाभैरूच दिसतुयास? मग मगाधरनं काय ऐकलंस तर? का सगळं पालथ्या घागरीवर पानी? आणि चाल्लायास कुटं? बस गुमान. हातपाय धू आणि जेवायला चल.''

मी आणखी थोडे आढेवेढे घेतले; पण काकापुढं त्याचा काही उपयोग नव्हता. मी मुकाट्यानं हातपाय धुतले, तेव्हा काका डिगालाही उठवत म्हणाले, ''चल रं, ऊट जरा. चूळ भर आणि एक घासभर खा चल काय तरी.''

मी घाबरून म्हटलं, ''अहो काका, टायफॉइडमध्ये जेवण घेऊ नये. नुसत्या चहा-कॉफीवर आणि फळांवर पेशंटला ठेवायला हवं...''

''म्हंजे त्यो च्या माझ्याबी घरात शिरावा म्हंतो व्हय?'' असं म्हणून ते डिगाकडं वळून म्हणाले, ''सकाळी काय खाल्लयास का न्हाई?''

क्षीण आवाजात डीगा बोलला, ''नुसता भात खाल्लाया एक घासभर!'

''नुसत्या भातानं काय लेका कात हुतोया! अरं, जपलं की जास्तच हुईल बग. आता काय खावंसं वाटतंया सांग बगू तुला?''

डिगा म्हणाला, ''तोंडाला वाबळी आलीया जरा. तिकाट काय तरी खावंसं वाटतंया.''

''मग चल तर.'' असं म्हणून त्याच्या हाताला धरून काका स्वयंपाकघरात

आले. आम्ही तिघेही पाटांवर बसलो. काकी म्हणाली, "ऊन भाकरी केल्याली न्हाई. डिगा मागनं बसू द्या जेवायला."

पण काका म्हणाले, "राती ऊन भाकरी खायाला म्हातारा हाय काय त्यो? ह्या येळला ऊन भाकरी कोन खात्यात म्हाईत हाय काय तुला? ज्याला जुंदळं नसत्यात असं म्हारमांग कुटनंतरी मागून आनून मग भाकरी करत्यात; तसं काय कमी पडलंया काय कुनिकडं? आँ?"

काकी बिचकत म्हणाली, "तसं न्हवं, अंगात ताप हाय म्हनून म्हटलं."

काकीला गप करत ते म्हणाले, "लई कौतिक नगं. ताप आलाया म्हंजे काय आणि थॅर लावलया म्हंजे काय? त्याच्या तोंडाला बाबळी आलीया जरा.त्याल-चटणी-भाकरी काय तरी वाड त्याला. दाबून खाल्लं म्हंजे कशाला ऱ्हातुया ताप?"

हे ऐकून मी थक्क झालो. काकीही बघतच राहिली. मग काकांनी डिगाला विचारलं, "काय रं, काय खावंसं वाटतंया तुला?"

तापानं डिगाच्या जिभेची चव गेली होती. जरा झणझणीत खावंसं त्यालाही वाटलं आणि ते पोर म्हणालं, "त्याल-चटणी-भाकरी खातो की."

डोळे वटारून काकांनी ती त्याला वाढायला लावली आणि डिगा जेव्हा ती तेल-चटणी-भाकरी खाऊ लागला, तेव्हा मला घास गिळेना झाला. तो माझ्या तोंडातल्या तोंडात फिरू लागला...

...पुढं फार दिवस गेले नाहीत. एका दुपारी आई काकीकडं जाऊन आली आणि मला म्हणाली, "असाच जा आता कोल्हापुरला. पोरगं डोळं पांडरं कराय लागलंय... ऊट ऊट, घाल कोट..."

मी गडबडीनं उठलो. जरा चूळ भरली आणि कोट घालण्यासाठी माडीवर गेलो. हँगरवचा कोट काढला. एका हातुप्यात हात घातला आणि दुसरा हात आत घालण्यासाठी असा वर धरला...

...पण तो तसाच लुळा हून खाली आला! माझे पाय एकदम लटपटले. मी भर्र्रकन गॅलरीत गेलो आणि काकीच्या घराच्या दिशेला कान दिला. तोच पाठोपाठ आई म्हणाली, "डिगा गेला जणू रं बाळासाब... डिगा गेला..."

■

व्हला

मघाशी गाडी जोडून रानात गेलेला डिगा सांच्यापारी माघारी यायचा ते लगोलग का परत आला म्हणून म्हाताऱ्या तिप्पन्नाचा जीव घाबरा होऊन गेला. पोरगं असं अचानक का मागं आलं? काय घोटाळा झाला असंल? पोरानं कुणासंगं भांडान तर काढलं नसंल? काय झाल असावं हेच कळंना. रानात येवडी मायंदाळ कामं भरली असताना पोरगं गाडी घेऊन मागं आलंय म्हणजे काही तरी घोटाळा झाला असला पाहिजे. त्याशिवाय पोरगं असं माघारी येणार नाही. पण काय घोटाळा झाला असावा बरं? गाडी कुटं उलटली म्हणावी तर तेही काही चिन्ह दिसत नव्हतं. गाडी तर धडच दिसत होती. सोप्यात बसलेला तिप्पान्ना बारीक डोळ्यांनी बाहेर बघून वेध घेऊ लागला.

गाडी अंगणात येऊन उभी राहिली आणि डिगा खाली उतरून मुकाट्यानंच बैल सोडू लागला. तिप्पन्ना बसल्या बसल्याच जरा पुढं सरकून म्हणाला – "डिगा, का रं माघारी आलास? काय झालं?"

डिगाचं तोंड उतरलं होतं. न बोलताच पुढं बघून त्यानं बैल सोडले आणि बैलांना घेऊन तो मागं गोठ्याकडं निघाला. तसा तिप्पान्नाचा जीव खालवर होऊन तो म्हणाला,

"का रं पोरा, काय झालं?"

"आदी बैल बांधून येतो आनि मग सांगतो." असं म्हणून डिगा गोठ्याकडं गेला. चिन्हं काही निराळंच दिसत होतं. पोराचं तोंड उतरून गेलेलं दिसलं आनि तिप्पान्ना काळजीत पडला. काय झालंय देव जाणे! असं मनाशी म्हणून तो आत माजघराकडं बघून म्हणाला, "डिगा का माघारी आला बरं?"

"डिगा आला?" असं म्हणून म्हातारी उठली आणि घाईनं बाहेर आली. अंगणात सोडलेली गाडी बघून ती हनुवटीला हाताचा मुटका लावून म्हणाली,

"खरंच की हो, का आलं पोर माघारी?"

"तेच कळना न्हवं! आत्ता मघाशी गेलता आणि लगेच गाडी वळवून घरला का यावं बरं पोरगं!"

म्हातारीही तिथंच खाली बसली. एकमेकाकडं नुसतंच बघत राहिली. पोरगं येण्याची वाट बघत दोघंही बसून राहिले. अकारण काळजी उत्पन्न झाली. असाच थोडा वेळ गेला आणि बैल गोठ्यात बांधून डिगा परत आला. तिप्पान्नापुढं बसून खालमानेनं म्हणाला, "अप्पा, घात झाला!"

"काय झालं रं पोरा?"

"काय व्हायचं? हौशा बैलाला ताबडतोब इकाय पायजे."

काहीच समजंना झालं. असला जवान बैल आज विकत घेतो म्हटलं तर मिळायचा नाही आणि पोरगं त्याला विकायचं का म्हणतंय हे न कळून त्यानं विचारलं, "झालं तरी काय? काय केलं बैलानं?"

"बैल काय करतोय?"

"मग इकायचं का म्हनतोस?"

"हौशाच्या शिंगामधनं व्हला गेला." असं म्हटल्याबरोबर तिप्पान्ना डोकं धरून बसून राहिला. म्हातारीचीही तीच अवस्था झाली. हौशाची शिंगं गोल असून त्याची टोकं एकमेकाला मिळालेली होती आणि अशा मिळालेल्या शिंगांतनं व्हला गेला म्हणजे जनावर आज ना उद्या मरणार हे ठरलंच होतं. असला साडेतीनशेचा बैल जर दगावला तर गळ्याला फासच लागणार होता! घात झाला होता हे शकुनच सांगत होतं. बैल मरायच्या आत त्याला विकून मोकळं होणं आवश्यक होतं. विषाची परीक्षा बघण्यात काही अर्थ नव्हता. थोडं थोडकं नव्हे, चांगलं तीनसाडेतीनशे रुपयांचा प्रश्न होता. डोकं धरूनच तिप्पान्ना म्हणाला, "बैल घेतानाच मी तुला बजावलं होतं पोरा, की हे कवा घात करंल सांगाय येत न्हाई – ह्या फंदात पडू नगो."

म्हातारीनं 'री' ओढली, "बरं घेतला ते घेतला, त्याची शिंगं कापून घ्यायाला काय झालं हुतं?"

मिळालेल्या शिंगांची टोकं वीत वीतभर कापून घेतली असती म्हणजे असा काही जिवाला घोर नव्हता. बैल घेतल्यापासून म्हातारीनं ते सतरांदा सांगितलं होतं. तेव्हाच जाऊन शिंगं कापून आणली असती म्हणजे आज असं घाबरं व्हायची पाळी का आली असती? पण त्याला डिगा तर काय करणार? त्यालाही कोडंच पडलं होतं. एका-दोघाला विचारलं तर ते म्हणाले, "शिंगं कापू नका; जिव्हाळी लागंल." हीही गोष्ट काही खोटी नव्हती. शिंगं कापण्यासारखी नव्हती. वावभर वाढलेली शिंगांची टोकं एकमेकात मिसळून टिचटिचभर बाहेर पडली होती. ती कापायची तरी कशी? शिंग कापायची वेळ मागंच टळून गेली होती. दोन वर्षां-मागंच ते शक्य

होतं. आता निरुपायच होता; पण म्हातारी पुन्हा पुन्हा म्हणू लागली, "तवा आमचं ऐकलं असतं तर आज कोडं का पडलं असतं?"

डिगा खवळून म्हणाला, "व्हय. तुमचं ऐकलं न्हाई. खूळ लागलं हुतं मला!"

"खूळ कशाला? सवता सुभा सुरू झाला न्हवं तुमचा!"

"म्हनून ऐकलं न्हाई व्हय?"

"न्हाई तर काय मग? एवडं सतरांदा सांगितलं तरी काना डोळाच केलास. तर मग? त्याला दुसरं कारन काय हाय?"

डिगा तिप्पान्नाला म्हणाला, "बगा आप्पा, आई कशी बोलती ती."

"ती काय वाकडी बोलली रं?"

"काय वाकडी बोलली? अवो, शिंगं कापून घ्यायला मला काय नको हुती व्हय?"

"मग का नाही घेतली कापून?"

"जे ते म्हनालं, जिव्हाळी लागंल आणि मग कशी शिंगं कापून घेनार?"

"कशाचं जिव्हाळी लागतंय मर्दा? तुझाच खोडसाळपना आनि काय!"

"माझाच खोडसाळपना? मी काय केलं हो आप्पा?"

"आनि काय करायचं ऱ्हायलं? खड्ड्यात घालायची येळ आनलीस नव्हं?"

डिगा कातावून बोलला, "म्हंजे माजंच चुकलं म्हंता व्हय अप्पा?"

"न्हाइतर मग कुनाचं चुकलं रं?"

"ते बरुबरच हाय. मी फुडं होऊन आता कराय लागलोय म्हंजे चुकी मीच केली की!"

"फुडं होऊन कराय लागलोय म्हनायला आमच्यावर काय उपकार करतूस व्हय?"

म्हातारीनंही तोंड घातलं, "आता तुलाच सगळा भार डोस्क्यावर घ्याय पायजे की रं. आता संसार का आमचा हाय?"

मान हलवून डिगा बोलला, "ते बरुबरच हाय. संसार माझा; आनि चुकी माझीच."

तिप्पान्नाला राग आला. पोरगं सारखं वाकड्यात शिरू लागलं, तसा म्हनाला, "माझी चुकी न्हाई, तर का मग आमची? बैल कुनाच्या पसंतीनं घेतला? आमी सांगतापैकी तू मुद्दामच जर असला बैल घेतलास तर ह्याला जबाबदार कोन?"

म्हातारा खवळला, तसं मूग गिळून गप बसायची पाळी डिगावर आली. तो न बोलता खाली मान घालून गुमान बसून राहिला. चुकी झाली होती खरी. धोकेबाज बैल घ्यायचा नाही, तो घेऊन चुकला होता. सांगून सवरून अशी चूक झाली होती. आपल्याला माहीत नसताना एक असं झालं असतं, तर गोष्ट निराळी होती. पण

उभी हयात जनावरांत घालवलेल्या तिप्पन्नानं हे भाकीत आधीच केलं होतं. बैल धोका देईल हे बजावलंच होतं; पण परस्पर व्यवहार करून डिगा फसला होता. सस्कारही देऊन मोकळा झाला होता. जोडी नामी आहे, स्वस्तात पडते या नावाखाली त्यानं आपलंच म्हणणं खरं केलं होतं आणि आत शकुन झाल्यावर विव्हळायची पाळी आली होती.

पोरगं बोलायचं थांबलं तसे त्याचे आई-वडीलही गप बसून राहिले. आता बोलून काय मिळणार होतं? झालेली चूक काही बोलण्यानं भरून निघणार नव्हती. काहीतरी करून बैल विकून मोकळं होणं भाग होतं. चार पैसे कमी मिळाले तरी हरकत नव्हती. चुटकीसरशी बैल काढायचा विचार मनात येऊन तिप्पान्ना म्हणाला, मग आता कसं करायचं म्हंतोस?

“आता काय करू ते सांगा की.”

“बैल इकायाच पायजे, आनि दुसरं काय करनार?”

डिगा विचार केल्यागत करून म्हणाला, “इकाय पायजे हे खरं. पर बाजार तर कोंचा दावायचा?”

हा प्रश्नच होता. कोल्हापूरच्या बाजारला न्यावं तर अजून सहा दिवस त्याला अवकाश होता. सोमवारी वडगावला जावं तर त्याला अजून सात दिवस होते. जनावरांचे हेच दोन मोठे बाजार जवळचे होते. मग आता लगोलग बैल विकायचा तरी कसा असा प्रश्न पडला. सगळेच विचार करत बसून राहिले आणि म्हातारा म्हणाला, “बाजारचा नाद सोडून दे. गावातच कोन घेनार हाय का बग.”

“गावात कोन घेनार आनि आपुन होऊन कुनाला इचारायचं?”

“बैल इकायचा तर इचाराय नगो? कुनाला इचारायचं म्हनून भागतंय?”

म्हातारा, म्हातारी आणि डिगा ह्यांच्यात विचार सुरू झाला. गावात जनावराची कुणाला गरज असेल, लगोलग बैल घेणारा कोण भेटेल ह्यावर बोलणं सुरू झालं आणि आठवल्यासारखं करून म्हातारा म्हणाला, “असं का करत न्हाईस?”

“कसं?”

“तुझा मामाच बैल घेतोय का बग की.”

त्याच्या धाकट्या मामाला बैल घ्यायचाच होता. त्याला एका बैलाची गरज होतीच. पण म्हातारी मध्येच म्हणाली; “का रं बाबानो, माझ्या भावाला का बुडीवता? दुसरं कोन गावंना व्हय तुमाला?”

म्हातारीचं म्हणणं काही खोटं नव्हतं. जवळच्याच माणसाला असं फसवणं हे बरं नव्हतं; पण तिप्पान्ना हसून म्हणाला, “काय न्हाई, त्यालाच औदी घालायचा!”

“आवो, पर माझ्या भावानं काय घोडं मारलंय तुमचं?”

“त्यो मस्त मारंल, पर घोडं हाय कुनाजवळ?”

म्हातारी काही केल्या ह्या गोष्टीला तयार होईना झाली. बैल आपल्याला बुडवतोय म्हणून तो आपल्या भावाच्या गळ्यात बांधायला ती काही केल्या तयार होईना झाली. तीनतीनदा नकार देऊन ती म्हणाली, "बैल मेला तर मरू दे. पर माझ्या भावाला न्हाई इकायचा."

आपलं म्हणणं ती सोडायला तयार होईना झाली तसा तिप्पान्ना तिला गप बसवत म्हणाला, "तुझा भाऊ आनि माझा मेव्हना असं म्हनन्यासारखं त्यानं काय राकलंय का? कशाचा भाऊ घेऊन बसलीयास खुळे!"

"अहो, पर काय केलंय तुमचं त्यानं?"

"करायला कशाला पायजे? गुदस्ता मी एवडं हतरुन धरलं, तर भाद्दरानं चार पैसं उसनं दिलं न्हाईत."

डिगालाही अप्पांचं म्हणणं पटून तो म्हणाला, "पैसं असून दिलं न्हाईत, असला ह्यो मामा!"

"बिन औशीदाचा मी मराय टेकलो तरी ह्याला पाझर फुटला न्हाई आनि ह्यो तुझा भाऊ व्हय?"

म्हातारीला उत्तर द्यायला काही जागा राहिली नव्हती तरी ती म्हणाली, "असंना का कसला का–पर माझा भाऊ हाय न्हवं त्यो?"

तिप्पन्ना म्हणाला, "तुझा भाऊ असला तरी आमचा कोन हाय का त्यो?"

वडलांना साथ देत डिगा बोलला, "येळंला व्हायचा न्हाई त्याला पावना आनि रावळा म्हनायचं कारन काय? कशाचा मामा आनि गामा!"

"अरं, कोन मामा घेऊन बसलाईस खुळ्या... आपल्या भनीला एक लुगडं चोळी तर कवा केलीया का त्यानं, इचार तुझ्या आईला."

विचार म्हटल्यावर लगेच डिगानं आईला विचारलं, "व्हय गं आई, कवा लुगडं–चोळी तर केलीय का तुझ्या भावानं?"

"त्येच्या चोळी–लुगड्याची आशा धरून बसायला मला का मिळंना झालंय का?"

"बग कशी भावाची बाजू घेती ते!"

"तर! मान हालाय लागली तरी म्हायारचं चोळी-लुगडं पायजेच म्हनायचं काय?"

"चोळी–लुगडं नको तर म्हायाराची मानसं तरी कशाला पायजेत? ते काय न्हाई, डिगा, बैल मामाच्या गळ्यातच बांधायचा बग."

म्हातारी म्हणाली, "तुमचं पाप तुमच्याबरोबर! काय का करनासा तुमी, मला काय करायचं?"

"मग गप बस तर." असं म्हणून तिप्पान्ना पोराला म्हणाला, "जा, तुझ्या

मामाला घेऊन ये जा. बगू, काय तरी देन्याघेन्याची वाटाघाट करू.''

''व्हय. त्याला गरज हाय. बैल गळ्यात घालून मोकळं होऊ.''

बैल मामाच्या गळ्यात घालणार हे नक्की झाल्यावर डिगाची आई तरी काय बोलणार? त्यातनंही एक शंका काढून ती म्हणाली, ''तुमी त्याला बैल इकायला उटलाय हे खरं. पर तुमी एकच बैल का इकता असं न्हाई का इचारनार त्यो?''

शंका बरोबर होती. ती डिगालाही पटून तो म्हणाला, ''अप्पा, व्हय की हो, तुमी एकच बैल का इकता म्हनून इचारल्यावर काय सांगायचं?''

''ते तुला काय करायचं?'' म्हणून तिप्पान्ना डिगाला म्हणाला, ''तू जा. त्याला घेऊन ए जा. काय सांगायचं ते मी सांगतो. नुसतं मी बोलीवलंय म्हनून सांग. तू काय सांगत बसू नगंस.''

''काय तरी करा.'' असं म्हणून म्हातारी उठून आत गेली आणि डिगा मामाला बोलावून आणायला बाहेर पडला. तिप्पान्ना एकटाच वाट बघत बसून राहिला. डिगा येईतोवर काय बोलायचं, कसं बोलायचं ह्या साऱ्या गोष्टींचा विचार पक्का करून ठेवला. आता फक्त डिगा येण्याचीच तो वाट बघत होता. डिगा गेला तो तासाभरात मामाला पुढं घालूनच घेऊन आला. डिगाचा मामा आला आणि तिप्पन्नापुढं बसून म्हणाला, ''का भाऊजी, का बोलीवलंतं?''

''का न्हाई, बैल घेनार हैस म्हनून ऐकलं हुतं, तवा खरं का खोटं हे इचारावं. म्हनून सहज हाक मारली गा.''

''बैल घ्याचा हाय; पर कुनाचा हाय का द्यायचा?''

पानाची चंची त्याच्यापुढं टाकून तिप्पान्ना म्हणाला, ''केवड्यापतुर घ्याचा?''

चंची सोडत तो खाली बघूनच म्हणाला, ''जसा बैल तशी किंमत देऊ की.'' म्हातारा पुढंच सरकून म्हणाला, ''चारशेपतुर झेपंल का?''

''झेपल खरं. बैल खात्रीचा पायजे.''

''मग उगंच चारशे रुपये द्यायचं व्हय? का चिच्चुकं द्यायचं हैत ते? जनावर खात्रीचं असल्याबिगार मी तुला कशाला सांगू?''

''मग काय देऊ की चारशेबी; पर बैल हरहुन्नरी सगळ्या कामाला आला पायजे बगा.''

''ते मला सांगाय लागतं का?'' असं म्हणून तिप्पान्ना सांगू लागला, ''अगा तू बैल घेनार म्हनजे काय नुसत्या गाडीकामाला घेनार हैस व्हय? सारं औतकाम त्यानं वडलं पायजेच की गा ऽ ऽ.''

''अस्सं! कोंचं काम म्हनून तटायला न्हाई पायजे.''

चंची आपल्याकडं ओढून घेत तिप्पान्ना म्हणाला, ''मग लगेच आज उद्या एवड्यात घेनार का?''

"घेऊ की, पर कुनाचा बैल म्हंता?"

"ते काय इचारतोस गा? बैल म्हंजे असा तसा न्हाई. नुसती फिलिम म्हनंनास! आज बैल घेतलास की लगी फोटू घरात लावशील!"

"मग भाऊजी, बैल तर दावा मला! काय वयाचा हाय?"

चुळबुळ करणाऱ्या डिगालाही आता बोलावंसं वाटून त्यानं मध्येच तोंड घालतं, "अगा मामा, वय काय इचारायचं? म्हातारा बैल कोन गळ्यात बांदंल व्हय तुझ्या?"

मामानं खुलासा केला, "तसं न्हवं डिगा, आज भारोभार पैसा वतायचा, तर सारी चौकशी कराया नगो?"

तिप्पान्ना म्हणाला, "अगा, चौकशी करायचं काय कारनच न्हाई. गुदस्ता बडीवलाय. दात जुळून लई तर एक वरीस झालंय, बडीवलंय म्हनून बैल म्हनायचा, न्हाईतर खोंडच गा ऽऽ."

"मग घेऊ की."

"घेनार... नक्की घेनार का?"

"नक्की आनि कसलं? बैल घ्यायचाच हाय की."

"मग दिला."

"म्हंजे?"

"म्हंजे काय? अगा बैल आमचाच द्यायचा हाय!"

"तुमचा?"

"व्हय आमचाच."

"आनि कोंचा देतासा?"

"हौशाला काढायचं म्हंतो."

"ते का हो? तुमी का जोडी फोडता?"

"काय तरी कारन असल्याबिगार जोडी फोडू का?"

"तेच इचारतो न्हवं मीबी?"

चांगलं पटेल असं कारण त्यानं मघापर्यंत विचार करून शोधून ठेवलंच होतं. कारण सांगायची पाळी आली तसा तिप्पान्ना तोंड वाईट करून म्हणाला, "आयला, आमची जोडीच जमंना."

"काय झालं न जमायला?"

"काय हुनार दुसरं? आमच्या फुल्याला ही जोडच भारी होती गा. एवडा भारी बैल काय करायचा आमाला? तुला पायजे तसा हाय का न्हाई?"

डिगानंही भर घातली, आमी फुल्याच्या जोडीला एक हलका बैल आनावा म्हंतो. नाव नाव हौशाच्या जोडीनं दुसरा बैल आतच या लागलाय न्हवं."

“तर गा, बैल बाद व्हायची पाळी आलीय. काय करायचं?”

डिगाचा मामा विचार करत राहिला. तसा तिप्पान्ना त्याला विचार करायला सवड न देऊन म्हणाला, “त्यात जरा पैशाचीबी नड हाय. एक शेपन्नास रुपयं बाकी द्यायची हाय लोकांची. तीबी भागवून टाकावी म्हंतो; म्हनून गडबड करायची. तवा घेनार असलास तर लगेच सांगून टाक, म्हंजे आमालाबी बाजार फिरायला नगो आनि तुलाबी बैल खात्रीचा गावल. मग काय करतोस सांग.”

तिप्पान्नानं घाईच लावली तसा तो थोडा वेळ विचार करून म्हणाला, “बैल घ्यायला काय हरकत न्हाई खरं...”

“मग अडचन काय हाय?”

“चारशे रुपय म्हटल्यावर मग अडचन न्हाई तर काय?”

“अगा पैसे थोडं ऱ्हायलं तर चाराट दिसांनी दे म्हनस. आजच सगळं द्याया पायजे असं हाय का? परकं हाय आपुन?”

“ते काय न्हाई खरं.”

“मग?” असं विचारून तो म्हणाला, “जा डिगा, तुझ्या मामाला बैल दाऊन आन जा.”

“बैल नव्यानं काय बगायचा? काय बगीतला न्हाई काय कवा?”

“मग गुळमूळ काय करतोस?”

“भाऊजी, गुळमूळ करायचं म्हनजे किंमत जबर सांगता हो तुमी!”

“केवड्याला घ्याचा म्हनतोस? किमतीबद्दल आपुन ठरवू गा. आपुन काय परकं हाय व्हय?”

“ते झालं खरं.” असं म्हणून तो पुन्हा विचार करत बसला तसा तिप्पान्ना म्हणाला, “तू काय द्याचं म्हनतोस?”

“तुमीच एक नक्की सांगा की.”

बैल तर घ्यायला तयार झाला हे काही कमीचं नव्हतं. घास तोंडात पडत होता. आत फक्त तो घशाखाली उतरायचा राहिला होता. मूळ किंमतीत चार पैसे कमी आले तरी त्याची फिकीर नव्हती. घोळ घालून घालून अखेर बैल तीनशेला द्यायचा ठरला. दुसऱ्या दिवशी सकाळी पैसे आणून देतो आणि बैल नेतो असं सांगून डिगाचा मामा एक चहाचा घोट पिऊन निघून गेला. आता प्रश्न एक दिवसाचाच होता. रात्रीत लगोलग मरायला बैलाला काही धाड आली नव्हती. एक रात्र कशीही जात होती. रात्रीचे बारा तास उलटले की पैसे येणार होते. मग काय का होईना तिकडं असा विचार करून तिप्पान्ना निश्चिंत राहिला.

रात्र उलटली. दिवस उगवून वर आला, पण बैल न्यायला डिगाचा मामा काही घरला आला नाही. सकाळी येतो म्हणून काल सांगून गेलेला हा गडी, दुपार झाली

तरी का बैल न्यायला येऊ नये असं कोडं पडून म्हातारा काळजी करत बसला. डिगाही रानात जायचं ते घरातच राहिला; दुपार टळली आणि तिन्हीसांज झाली, तरी मामाचा पत्ता नाही हे बघून डिगाच म्हणाला, ''मी जाऊन तर येऊ का मामाकडं?''

''जा, ये जा बगू.'' असं म्हणताच डिगा मामाकडं गेला. मामा घरातच होता. घरात असून तो आला नाही, हे बघून डिगाच मनी चरकला; पण मनातली चलबिचल न दाखवता तो म्हणाला, ''मामा, आला न्हाईस गा बैल न्ह्याला?''

''बस.'' असं म्हणून मामानं चंची सोडली आणि पानाचे देठ खुडत तो बोलला, ''वाट बगत होता का?''

''तर, सकाळदरनं वाट बगाय लागलोय न्हवं!''

''मी येनार हुतोच.''

''मग का येळ केला? पैशाची जोडनी झाली न्हाई व्हय?''

दाढेत सुपारीचं खांड फोडत तो म्हणाला, ''पैशाचं काय न्हाई.''

''तर मग?'' डिगाला घाई झाली होती आणि त्याचा मामा शांतपणानं सांगत होता, ''त्याचं काय हाय, जरा बेतच फिरला गा!''

''म्हंजे?''

''म्हंजे काय, मनच जरा कच खातंय.''

''काय झालं कच खायला?''

''बैल घ्याचा तर एका दोघाला, शान्या मानसांसनी इचारून बगीतलं तर घेऊ नको म्हंत्यात गा.''

''का घेऊ नगो म्हंत्यात? काय झालं?''

''काय हुतंय खरं! पर शिंगं मिळल्यात न्हवं त्याची! एकांद्या दिवशी व्हला शिंगातनं गेला म्हंजे बैल दगावतो अशी काय तरी समजूत हाय. मग कळता पैकी का पैसं गमवा?...खरं का खोटं?''

डिगा काही न बोलताच बसून राहिला. तसा मामा म्हणाला, ''खा, पान खा.''

त्यानं चंची डिगापुढं टाकली; पण पान न खाताच तो उठला आणि पावलागणिक व्हल्याला मनात शिव्या देत घराकडं चालला

■

वसुली

सरावण्याची भेट घ्यायला दिवस उगवायला बाहेर पडलेला रामा परीट सारा महारवाडा पालथा घालून जिकीरीस आला. कुठं जावं तिकडं नाहीचा -नन्नाचाच पाडा! अखेर शेवटी ऊन चणचणाय लागलं तसा दिवस तोंडावर घेऊन तो धोतरानं घाम पुसत माघारी फिरला. परटाचा रामा हात हलवत घरला आला तशी त्याची बायको इसाळ्यानं म्हणाली, "ही इकतची कळ कुनी घ्यायला सांगितली हुती कुनाला ठावं! कवाच्या काय एक सकाळी गेलायसा ते आता आलासा व्हय?"

सरावण्याची भेट झाली असती, वायद्याप्रमाणं पैसे वसूल जाले असते म्हणजे रामालाही बोलायला जरा जोर आला असता; पण आता तोंडच राहिलं नव्हतं; तो तरी काय करणार? न बोलता गुमान धोतरानं घाम पुसत बसून राहिला. डोळे झाकून स्वत:शीच विचार करू लागला. तशी त्याची बायको पुन्हा म्हणाली, "बसलासा का गडद डोळं झाकून?"

रामा डोळे उघडून बोलला, "मग काय करू? न्हवं, करू तरी काय हे सांग."

"कुनी सांगितलं हुतं तुमाला पैसं द्याला? पैसा काय लई वर आला हुता व्हय तुमचा?"

पैसा काही वर आला नव्हता ही गोष्ट खरी होती. लोकांना पैसे द्यायला तो सावकार नव्हता. चार-चौघांगत त्याची स्थिती होती – आपला गरिबीचाच संसार होता. ह्या देण्याघेण्याच्या उठाठेवी नको होत्या. बायको म्हणती त्यात काही खोटं नव्हतं. तिचं म्हणणं खरंच होतं. ह्या भानगडी काय करायच्या होत्या? पदरचं खाऊन लष्करच्या भाकरी भाजण्यापैकीच हा प्रकार झाला होता आणि त्याची पुरेपूर त्यालाही प्रचीती आली होती. बायको बोलती त्याचा राग न मानून तो म्हणाला, "हे बग, पैसं देऊन चुकलोय, हे मलाबी कबूलच हाय की!"

"अहो, पर चुकी कबूल करायला ती करावी कशाला अगुदर?"

रामाला आता मात्र काव आला. एकच गोष्ट हिनं तरी सारखी काय म्हणून उगळावी असं त्याला वाटलं. बायको झाली म्हणून काय झालं? तिनं काय सारखी नवऱ्याची शेंडी धरूनच बसायची असती का? जरातरी दमानं घ्यायला नको? तोंडाची बचाळी फासून तो ओरडला, "अग, मग वसूल हुनार न्हाई असं वाटतंय काय तुला?"

पैशात गुतलेलं तिचं आतडं कळवळून म्हणालं, "एवडं वसूल करनार, म्हाईत हाय मला! मग एवडं वरीसभर कशाला थांबलायसा? कुनी अडिवलं हुतं व्हय तुमाला?"

फुकटचा धीर देत रामा म्हणाला, "वसूल झालं म्हंजे झालं न्हवं? आनि काय हाय का मग तुझं? कुटं जात्यात पैसं?"

"पैसं कुटं जात न्हाईत हे खरं, पर वसूल करनार कसं? त्यो काय चावडीत भरायचा फाळा हाय व्हय, तवा नेमलेल्या टिपनाला आनून भरंल म्हनायला!"

"ते तुला काय करायचं?" असं म्हणून रामा आपल्या छपरी मिशा दातानं कुरतडत बसला आणि वसूल कसा करावा ह्याचा विचार करू लागला. बायकोही तपकिरीची चिमूट नाकाजवळ नेऊन विचार करू लागली काही सुचेनासं होऊन ती पुन्हा एकदम म्हणाली, "अहो, काय बगून भुलला, तवा त्याला एवडं पैसं देऊन मोकळं झालासा ते?"

"त्याच्यावर भुलून पैसं दिलं व्हय? काय तुझं तरी बोलनं?"

"मग काय बगून पैसं दिलं हे तरी सांगा. गावात घर न्हाई, का रानात शात न्हाई; अशा ह्या फकिराला कोंच्या आधारावर घरातलं पैसं उचलून दिलासा? दिल्यालं पैसं परत येतील असं वाटलं तरी कसं तुमाला?"

"कडनडीला मानूस पैसं देत न्हाई व्हय? का जगात कोन कुनाची गरजच भागवत न्हाई?"

"म्हनून तुमी त्याची गरज भागवायला गेला व्हय? का तुमी एकटंच हुता त्याची गरज भागीवनार?"

एक म्हणता बायको हजार बोलाय लागली; तसा रामा घायकुतीला आला. रागारागानं तोंडातल्या तोंडातच बोलाय लागला आणि इरेसरीनं उठून पुन्हा बाहेर निघाला; तशी ती म्हणाली, "कुटं निगाला येवड्या तावातावानं?"

"जातो, येतो पुन्हा बगून! घरात बसायची काय सोय ऱ्हायलीय?"

"कशाला जाता म्हारवाड्यात सतरांदा? त्यो काय भेटनार हाय का तुमाला? वायद्याला जागनारा असता म्हंजे पैसं घरात आनून दिलं असतं त्यानं."

"पर पैसं दिल्यात, मग हेलपाटा घालाय नगं? झक मारून हेलपाटं घालायलाच पायजेत की!"

मग रामाच्या व्यवहारचतुर बायकोने तपकिरीची एक चिमूट नाकात कोंबली आणि त्याला म्हणाली, ''मी सांगते तसं करा.''

''कसं?''

''जावा पाटलाकडं ''

''गावकामदार?''

''तर मग आनि कुनाकडं जाता? पाटील मॉप कांद्याच्या मुळीगत भरल्यात, पर त्यांच्याकडं जाऊन काय हुनार हाय का?''

''बरं, थोरल्या पाटलाकडं जाऊन करू काय?''

''करू काय म्हंजे? जरा बोलवून दम द्याला लावा की! त्यांच्या काय भाईर हाय व्हय त्यो?''

रामा विचार करून म्हणाला, ''असं म्हंतीस व्हय?''

''एवड्या इचारात पडाय काय झालं?''

तो डोकं खांजळून म्हणाला, ''आयला, पिडाच झाली म्हनायची ही एक! इनाकारनी ताप आनला भडव्यानं.''

''इनाकारनी कसं? पैसं दिलायसा न्हवं उचलून?''

''व्हय बाई, तुझंच रीन काडल्यागत झालंय मला!

''म्हंजे माझाच ताप झालाय म्हना की तुमाला? पैसं मला तेवडं पायजे हैत आनि तुमाला नको झाल्यात.''

यावर न बोलता रामानं पटका गुंडाळला आणि दाढी वाढलेली हनुवटी खांजळत म्हणाला, ''मग असं करू या की!''

''कसं?''

''तूच जाकी पाटलीनबाईकडं.''

''आनि तुमाला काय तांदूळ टाकायला जायचं हाय काय कुटं?'' असं विचारून ती खवळून म्हणाली, ''शेंबडात माशी अडकल्यागत तितंच गुतापून पडायचं. कवा तडकाफडकी काम केलं असं न्हाई. सदा घोळ!'' असं म्हणून ती म्हणाली, ''चला, मी होते फुडं आणि या मागनं तुमी.''

रागारागानं ती निघून गेली आणि रामाही मागनं पाटलाच्या वाड्यावर आला. पाटील ढेलजेवर एकटेच बसले होते. दरवाज्यातनंच रामराम घालून धरून आणल्यागत तो आत आला आणि पाटलापुढं येऊन उभा राहिला. पाटलीणबाई दरवाज्याच्या चौकटीजवळ उभ्या होत्या आणि त्यांच्या पदराआड त्याची बायकोही उभी होती. सगळेच पाटलांच्यावर नजर रोखून त्यांच्या बोलण्याची वाट पाहत उभे होते. उभ्या असलेल्या रामाला खाली बसायला सांगून पाटील म्हणाले, ''काय भालगड हाय रामा ही?''

"भालगड काय न्हाई." असं म्हणून रामा भालगड सांगू लागला – "सरावण्या म्हारानं पैसं न्हेल्यात, ते दीना झालाय. इनाकारनी दमवाय लागलाय न्हवं?"

पितळी पानपुडा जवळ ओढून घेत पाटील म्हणाले, "सरावण्या म्हार व्हय? हेडेगिरी करतोय त्यो?"

"त्योच की. हेड्या."

"अरं लेका. या बाकळ्याला कशाला रं पैसं द्याचं? खुळा का शाना रं तू!" अशी सुरवात करून पाटलांनी रामालाच आडवंतिडवं झोडलं. आणि शेवटी म्हणाले, "ते बाकळं काय पैसं देनार रं? हैत ते दात तेवडं दील बग तोंडातलं! घेतोस ते?"

रामा काय बोलणार? घेतो म्हणावं का न्हाई म्हणावं असा त्याला प्रश्न पडला. पदरचं पैसं देऊन हे काय बोलणं खायची पाळी आली असं त्याला वाटू लागलं आणि तो खाली मान घालून मिशीची टोकं कुरतडू लागला. तोंडानं काही बोलण्यापेक्षा हे त्याला बरं वाटलं आणि पाटील म्हणाले, "रामू, आनि किती जनास्नी पैसं दिलायंस रं असं?"

"आनि कुनाला देतोय पैसा?"

"का, दुसरी काय लायक कुळं न्हाईत व्हय?"

टोलं खाऊन खाऊन रामाचं मनही आता घट्ट बनत चाललं. तो मनात म्हणाला, 'हाना जोडं! गावलोय आमीबी तुमाला. का सोडशिला तुमी तरी?'

दाराच्या चौकटीत अवघडून उभ्या असलेल्या पाटलीणबाईच दया येऊन म्हणाल्या, "आता त्याला बोलून काय त्याचा काय उपेग हाय व्हय? देऊ ने ते देऊन फसल्यात हे खरं; पन त्याला बोलावून जरा तुमी इचारा की."

ऐन वेळी पाटलीणबाई मदतीला धावून आल्या ह्याचा जीवाला आधार मिळून रामा म्हणाला, "व्हय, त्याला बोलवून जरा इचारा. त्यो काय तुमच्या भाईर हाय व्हय?"

"आत आनि भाईर काय घेऊन बसलाईस खुळ्या! पैसाच नसल्यावर त्यो देनार कुटलं?"

"मग घ्यावंत का?"

"अरं, तुमी द्यावं का?"

ह्याला काय उत्तर देणार? आरून फिरून आपलाच गाढवपणा नडत होता. हे कळून रामाला काय बोलावं हे कळत नव्हतं. कातावून जाऊन तो म्हणाला, "पाटील, आमी शेन खाल्लं हे खरं; पर आता त्याला विलाज काय?"

"कसला विलाज आलाय? पैसं बुडीत जमा समजून गप बसायचं."

"असं कसं बरं? तुमी कायतरी केलं तर हुईल की."

मग न बोलता पाटलांनी पान जमवलं. थोडा वेळ मनाशी विचार केला आणि मिटलेलं तोंड उघडून ते म्हणाले, "तुला वट्टात सांगू का? पैसं असं वसूल व्हायचं नाहीत."

न राहवून रामा म्हणाला, "तुमी जरा दमदाटी दिली, तर का वसूल व्हायचं न्हाईत?"

पाटील म्हणाले, "रामा, दमदाटीचा काय उपेग हुनार? पैसं असलं तर दील न्हवं? इक खायला त्याच्याजवळ पैसा न्हाई आनि दमदाटी देऊन पैसा वसूल हुईल कसा?"

आपलं घोडं दामटत रामा बोलला, "बगू तर खरं. उपेग झाला तर बगायचा."

"खुळा म्हटल्यावर 'ओ' देनार बग तू! अरं, मगाधरनं एवड्या दाताच्या कन्या करून तुला सांगाय लागलोय, ते काय सारं पालथ्या घागरीवरचं पानीच व्हय रं?"

पाटील खवळले, तसा रामा गप बसून राहिला. पुन्हा खाली मान घालून मिशी कुरतडू लागला. रागाचा पारा कमी झाल्यावर पाटील पुन्हा शांतपणाने म्हणाले, "रामू, सद्याला गडी कोन हाय तुझ्याकडं?"

"मांगाचं पोरगं हुतं, ते जाऊन झालं की पंदर तीन आटवडं. अजून कोन न्हाई दुसरं."

"मग रानात गडी लागतच असंल की?"

"तर! त्याबिगार कुठं चालतंय?"

"बरं, मग सरावन्याकडनं येनं तरी किती हाय तुझं?"

"घट्ट शंभर रुपय न्हेल्यात! त्यातलं कुटं काय दिलंय अजून त्यानं?"

पाटील आश्चर्यानं चकित होऊन म्हणाले, "घट्ट शंभर रुपय दिलाईस? अरं रुपय दिलास का चिच्चुकं दिलाईस?"

पाटलांनी पुन्हा एकदा शहाणपणा त्याच्या पदरात बांधला आणि ते म्हणाले, "मग आता असं कर –"

रामा तोंड पसरून आशेनं म्हणाला, "कसं करू?"

"पैसं बुडालं असं समज आनि अक्कलखाते जमा करून आता गप बस बगू कसा."

"आनि हो पाटील?"

"आनि कुनाला देऊ नको म्हनजे झालं!"

खरडपट्टी केल्यागत तोंड बारीक करून रामा बसून राहिला; तसे पाटीलच हसून म्हणाले, "रामा, पैसं वसूलच करायचं हैत काय तुला?"

"तर मग कशाला आलोय तर?"

"मग असं कर – त्याला चाकरी ठेऊन घेतोस का तुझ्यात?"

रामाला ही तोड बरी वाटली. त्याला गड्याची गरज होतीच. आज ना उद्या कुणाला तरी चाकरी ठेवून घ्यायचंच होतं. दुसऱ्या कुणाला तरी ठेवून घ्यायचं ते ह्यालाच चाकरी ठेवून पैसे वळते करून घेण्याची ही कल्पना त्याला पसंत पडली. पण मनात शंका घेऊन तो म्हणाला, ''पर चाकरी ऱ्हाईल का त्यो?''

''ते तुला काय करायचं? चाकरी ठेवून घ्यायला तू कबूल हैस का हे बोल.''

''मी कबूल नसायला काय झालं? कुनीकडनं पैसे वसूल झालं म्हनजे झालं.''

''मग झालं न्हवं? त्याला चाकरी ठेवाचं काम माझ्याकडं लागलं.'' असं म्हणून त्यांनी देवडीवरच्या सणद्याला हाक मारून सांगितलं, ''जा रं म्हारवाड्यात आनि त्या सरावन्याला फुडं घालून ए जा बगू.''

सनदी जाणार येवढ्यात रामा म्हणाला, ''पर त्यो आज हाय कुटं घरात!''

''दोपारचं घरात नसायला कुटं जातोय?''

''सकाळधरनं तीनदा हेलपाटं घातलं की मी!''

पाटील मिशीत हसून म्हणाले, ''रामा, तू गड्या निच्चळ खुळा हैस बग. तू गेल्यावर घरात हाय म्हनून तुला कोन सांगंल व्हय?''

''आजचा वायदा ठरला हुता आनि गडी घरातच न्हाई.''

''आजचा वायदा ठरला हुता न्हवं? मग त्यो घरातच हाय! बग, आता मी बलीवल्यावर येतोय का न्हाई ते.''

आणि खरंच तसं झालं! सणदी गेला आणि सरावण्या टाचा उडवत आलाच की! रामाला बघून जरा मनी चरकला आणि कसनुसा हसून म्हणाला, ''का बलावनं केलतं मालक?''

मग पाटलांनी वर बघतच पानाला चुना लावत विचारलं, ''सरावण्या, टगेगिरी कवापासनं सुरू केलीयस रं?''

नाना कळा अंगात असलेला सरावण्या शांतपणे म्हणाला, ''कसली टगेगिरी म्हंता मालक? काय केलं हे तरी सांगा.''

''तक्रार काय हाय रामाची तुझ्याइरुद्ध?''

''ती मला काय म्हाईत?''

रामाला कड आवरला नाही. तो उसळून म्हणाला, ''काय म्हाईत न्हाई? पैसं घेतल्यालं तरी आटवनीत हैत का?''

''पैसं घेतलं न्हाईत असं कोन म्हनाला का तुमाला रामभाऊ? का उगाचच बोलायचं आपलं!''

पाटील रामाला गप बसवून म्हणाले, ''हे बग सरावण्या, तू माझ्यासंग बोल. मला सांग, पैसं घेऊन किती दिस झालं?''

“झालं की वरीस.”

त्यात दुरुस्ती करण्यासाठी रामा बोलला, “सव्वा वरीस होऊन गेलं.”

“बरं, तुमच्या मतानं सव्वा वरीस झालं; न्हाईतर दीड वरीस का धरनासा.”

पुन्हा रामाला गप करून पाटील म्हणाले, “दीड वरीस धर, न्हाईतर चार म्हैनं धर; पैसं द्यायचं ऱ्हायल्यात ही गोष्ट तुला कबूल हाय न्हवं?”

“न्हाई कोन म्हनतो?”

“मग आजपतूर का दिलं न्हाईस?”

“जमलंच न्हाईजी, मग मी तरी देनार कसं? का चोऱ्यामाऱ्या करयच्या हैत व्हय?”

डिवचलेला रामा तावातावानं बोलू लागला, “पाटील, किती फाजील हाय बगा ह्यो! परवा दिशी पैसं देतो म्हनून शंभर रुपय न्हेलं आनि सव्वा वरीस झालं तरी ह्याच्या तोंडात ही भाशा! अरं तू चोऱ्या कर; न्हाईतर दरोडा घाल. मला माझं पैसं आल्याशी कारान! काय मर्दा, रोज रोज हेलपाटं मारायला लावतोस? चाडबीड हाय का न्हाई तुझ्या जिवाला? आज दील, उद्या दील म्हनून गप बसलं तर लईच झुकांड्या द्याया लागलाईस!”

रामा खवळलेला बघून सरावण्या पडती बाजू घेऊन म्हणाला, “रामभाऊ, पैसं येळंला दिलं न्हाईत हे मीबी कबूलच करतो की. चुकी झाली की जी आमची!” आणि मग पाटलांकडं बघून तो म्हणाला, “चुकी झालीच की जी; पर असं शिव्या का घालता गरीबाला?”

विनाकारण रामाचा पारा चढू लागला, “नीतीनं बोल लेका. शिव्या घातल्या व्हय तुला?”

“शिवीच म्हनायची की ही! शिवी आनि कसली दुसरी असती व्हय? एवडं का टाकून बोलाय लागलायसा?”

“निढळाचा घाम ढाळून पैसं तुला दिलं मर्दा, तुला जरा जान असायला पायजे हुती.”

सरावण्या शांतपणानं म्हणाला, “रामभाऊ, असं एकेरीवर का येता? अहो पैसा कुटं जातोय काय? अहो, आमी हाय म्हनजे पैसा हायच की! काय तुमी गाव सोडून निघाला न्हाई, का आमीबी कुटं चाललो न्हाई. आज ना उद्या पैसा देऊच की. जरा कळ मारा की.”

सरावण्याच्या बोलण्यानं रामा भडकतच चालला. तो घायकुतीला येऊन म्हणाला, “बगा कसा बोलतोय ह्यो!”

“ह्यात काय वंगाळ बोललो जी? मी काय पैसं देत न्हाई म्हंतो व्हय?”

“पैसं देत न्हाई म्हनायला तुझा बा आला पायजे सर्गातला!”

सरावण्या अशा अपशब्दाची वाटच बघत बसला होता. रामाच्या तोंडातनं 'बा' चा उल्लेख आल्याबरोबर तो पाटलांना म्हणाला, "बगा मालक; ह्यांनी माझ्या आईबाकडं जायाचं कारन हाय का? आमी गरीब म्हनूनशान तुमी पायजे तसं बोलता व्हय?"

पाटील समजावणीच्या सुरात म्हणाले, "हे बग सरावन्या, असं आज देतो, उद्या देतो म्हनून जर मानसाला दमीवलं तर झीट न्हाई का याची? चुकी कुनाकडं हाय?"

"अहो, चुकी कबूलच की; पर चुकी करत न्हाई कोन? देवादिकानं सुदिक चुकी केल्याली मी दावून देऊ का?"

"ते काय दावायचं कारन न्हाई" असं म्हणून पाटील आवाज चढवून म्हणाले, "पैसं द्याचं हैत का न्हाई तुला?"

"पैसं द्याची इच्छा न्हाई असं कोन म्हनतोय?"

"मग कवा देनार पैसं?"

"ते काय सांगू?"

"काय सांगू म्हनजे?"

"व्हय की जी, पैसं कवा हातात येत्याल हे काय कुनाला कळतंय काय? अहो हे सारं नशिबाचं काम हाय! ते काय आपल्याला आदी कळनार हाय व्हय? असलं नशीब तर हितं बसल्या जागी पैसा गावंल."

त्याचं बोलणं मध्येच तोडून पाटील म्हणाले, "लई लांबाड लावून बोलू नगो. फकस्त पैसं कवा देनार एवडं सांग."

थोडा वेळ विचार केल्यागत करून सरावण्या खाली मान घालून आणि दोन्ही हात हलवून म्हणाला, "तसं काय सांगू जी मी? तुमा म्होरं कायतरी खोटं बोलून फटवायचं हाय व्हय ते?

"मग अंगात मेंढाच हाय म्हनायचा तुझ्या?"

गरीबागत तोंड करून तो म्हणाला, "मेंढा कसा जी? खरं ते सांगितलं."

"म्हंजे पैसं द्याचं न्हाईत तुला?"

"तसं म्हना."

पाटील रागानं तरबत्तर झाले आणि त्याच्या अंगावर तावदारून म्हणाले, "बाकळ्या सरावण्या, माज आलाय व्हय रं तुमास्नी? बऱ्या बोलानं देणं भागवायचं हाय का न्हाई?"

सरावण्या काकुळतीला येऊन बोलला, "कुटनं पैसं देऊ जी? काय इकून देऊ हे तर सांगा. बायका-पोरं इकू?"

"मग असं कर."

"कसं, सांगा."

"चाकरी ऱ्हा रामाकडं."

"मग काय जी, देव पावला म्हनायचा!"

"मग काय चाकरी ऱ्हानार?"

"ऱ्हातो की. पर त्यात एक तिडा हाय जी!"

"आनि कसला तिडा आलाय?"

सरावण्या हसून म्हणाला, "तिडा कसला न्हाई, पर आज रोजी जर मी चाकरी ऱ्हायलो तर माझं घर कसं चालनार?"

रामा म्हणाला, "ते काय करायचं आमाला?"

"असं कसं जी? असं एकतर्फीच कसं बरं हे बोलणं? दोनीकडं इचार कराय नगो?"

"मग काय करायचं म्हणतोस?"

"तुमीच सांगा की जी, तुमाला सांगाय पायजे व्हय?"

"म्हंजे गा?"

"म्हंजे काय, काय तरी पोटाला दानं द्या म्हंजे झालं. मी काय आनिक दुसरं काय मागतो व्हय? का पोरंबाळं घरात उपाशी ठीऊन मी हिकडं चाकरी ऱ्हाऊ हे सांगा."

हा विचार करण्यासारखा प्रश्न होता. त्याचं म्हणणं डावलण्यासारखं नव्हतं. यातनं काहीतरी मार्ग काढायलाच पाहिजे होता. सारेच थोडा वेळ गप्प बसून राहिले, तसा मोका साधून सरावण्या पुन्हा म्हणाला, "लई न्हाई पोतं दोन पोतं दानं द्या म्हनजे घरबी चालंल आनि हिकडं मी चाकरी ऱ्हाईन. तुमचंबी पैसं फिटतील आनि आमचंबी काम हुईल. इचार कशाला करायचा ह्यात रामभाऊ...काय मालक?"

पाटलांनी रामाला विचारलं, "मग कसं काय करतोस रामा? बायकूचा इचार घे हो तर."

दाराच्या चौकटीत उभी राहिलेली रामाची बायको आपण होऊनच म्हणाली, "बाईमानसानं काय सांगायचं ह्यात? तुमी काय ठरीवशीला ते सई हायंच की आमाला."

ह्या कामी बायकोची मंजुरी मिळताच रामा बिनधोकपणे म्हणाला, "पाटील, हाय कबूल आमाला. एक पोतं दानं देऊ आमी."

मग देण्याघेण्याच्या वाटाघाटी झाल्या. घासाघीस झाली आणि गड्याचं पोतं धण्याकडं ठरवून सरावण्यानं एक सालभर चाकरी रहायचं ठरवलं.

ठरल्याप्रमाणं दुसऱ्या दिवशी सकाळी दिवस उगवायला दाणं न्यायला सरावण्या एक फाटकं पोतं घेऊन दारात येऊन उभा राहिला. रामाची बायको अडीशिरीनं दाणं

मोजून घालू लागली आणि फाटक्या पोत्यातं दाणं भुईला गळू लागलं तसा सरावण्या म्हणाला, "थांबा थांबा मालकीनबाई, हे पोतं काय चालंल असं दिस न्हाई."

"अरं, जरा धड तरी बगून आनायचं न्हाई?"

"असलं तर आनीन; न्हाईतर मी तरी कुटलं आननार जी?"

"आनि मग रं, दानं कसं न्हेनार तू?"

सरावण्या जरा थांबून म्हणाला, "मालकीनबाई असं करा–माझं पोतं ऱ्हाऊ द्या हितं. तुर्तास तुमचंच पोतं एक द्या आनि मग ते आनून दिल्यावर माझं नेतो. चालंल न्हवं?"

नाही म्हणणं काही धण्याला शोभण्यासारखं नव्हतं; तेव्हा तो म्हणेल तसं चालवायलाच पाहिजे होतं. मुकाट्यानं त्या बाईनं पदरच एक धडकं पोतं त्याला देऊन दाणे दिले. सरावण्यानंही बोलल्याप्रमाणं आपलं फाटकं पोतं तिथंच ठेवून ते धडकं पोतं पाठीला लावलं आणि दाणे घरात ठेवून तो माघारी आला. हातात तांब्या-पितळी घेऊन आला आणि दारात उभा राहून म्हणाला, "बरं मालक, काय काम करायचं आज सांगा बगू."

रामा थोडा वेळ विचार करून म्हणाला, "जा मळ्याकडं आणि ढोराचं शेनघान काड, तवर मी येतो आनि मग बघू म्हनं कामाचं."

पण लगेच मळ्याकडं न जाता तिथंच तो उभा राहिला, तसा रामा म्हणाला, "का रं? जा की मळ्याकडं."

"मळ्याकडं जातो, पर अजून न्ह्यारी कुटं झालीया माझी?"

"मग काय भाकरी खायाची म्हंतोस व्हय?"

"तर हो! हे काय तांब्या-पितळी घेऊनच आलोय की संगं."

"शाब्बास! म्हंजे सारा सराजमा घेऊनच आलायंस म्हन. बरं, बस जेवायला " असं म्हणून आत जाऊन त्यानं पाणी आणून घातलं आणि पाठोपाठ त्याची बायको येऊन दोन भाकरी वाढून आत निघून गेली. ती आत गेली न गेली तवर पुन्हा हाक मारून सरावण्या म्हणाला, "भाकरी वाडा मालकीनबाई."

पुन्हा एक भाकरी वाढून ती आत गेली, तशी पुन्हा सरावण्याची हाक आलीच! "आता काय करावं ह्या काराला?" असं म्हणून ती एक भाकरी हातात घेऊन बाहेर आली आणि?"

एका भाकरीचे चार भाग करून म्हणाली, "किती वाढू रंऽऽ?"

"किती काय इचारता जी? कशाला मोडता ती भाकरी?"

मोडलेली सारी भाकरी वाढून ती तिथंच उभी राहिली. खरंच, वाढेल तसं खातोय का आणि कुठं झाकून ठेवतोय अशी शंका मनात घेऊन ती त्याच्याकडं

बघत उभी राहिली. पण हां हां म्हणता त्या बहाद्दरानं एकेक घास घेऊनच तो मालकीण बाईला म्हणाला, “भाकरी आना बाई, आनि कोरड्यासबी घेऊन या जरा.”

नाइलाजानं ती पुन्हा आत गेली आणि भाकरी घेऊन आली तसा सरावण्या भाकरीकडं बघत म्हणाला, एकेक दामट्या कशाला वाढता असल्या? ह्यानं काय आमचं पोट भरनार?”

तिनं पुढं बघून आमटी वाढली आणि भाकरी वाढण्यासाठी तिनं विचारलं, “किती वाढू भाकरी?”

हातात एक भाकरी घेऊन किती वाढू असं विचारल्यावर त्याला बेजान हसू फुटलं आणि खो खो हसून तो म्हणाला, “किती वाडू काय जी? वाडा की घस्सकन् आनि चार भाकऱ्या.”

हातातली ती भाकरी वाढून ती आत गेली आणि आपल्या नवऱ्याला म्हणाली. “ही चाकरी फुरं!”

“काय झालं ग?”

“आपल्या हातानं काय भाकरी बडवायचं हुनार न्हाई.”

“म्हंजे?”

“म्हंजे म्हनून आनि काय इचारता? अवो, वक्ताला धा-बारा भाकऱ्या ह्याला लागनार आनि असं ह्यो तिनदा इळातनं जेवनार म्हंजे केवढ्याला पडली तुमची ही वसुली! म्हंजे देनं देऊनच्या देऊन वर सावकारानंच व्याजात दळायची पाळी आली म्हनायची ही!”

सचिंत चेहेऱ्यानं रामा बाहेर आला आणि रामाला बघून सरावण्या म्हणाला, “मालक, भाकरी वाडायला सांगा हो.”

रामा झीट येऊन म्हणाला, “बाबा सरावन्या, माझं पैसं वसूल झालं. ऊट आता आनि घरला जा कसं.”

सरावण्या अर्धपोटीच उठला आणि काकुळतीला येऊन म्हणाला, “का हो मालक, काय झालं?”

काय झालं हे इचारू नगो. निष्कारनी ताप नगो डोस्क्याला. झालं येवडं फुरं झालं. आता नीट घरला जा बगू.”

“मळ्याकडं जाऊ नको व्हय?”

रामा भडकून म्हणाला, “कितीदा सांगायचं रं तुला? तुझं देनं फिटलं! सगळं झालं. आता पुन्हा नाव काडू नको कशाचं.”

तरी सरावण्या दारातच उभा राहिला, तसा रामा म्हणाला, “आनि का उभा न्हायलास? जा.”

सरावण्या तोंडातल्या तोंडात म्हणाला; “चाकरीचा कंडकाच पाडला व्हय?”

यावर रामा चक्रावणार हे बघून तोच पुन्हा म्हणाला, ''न्हाई. जातो मी घरला, पर...''

''पर काय? काय आमीच आनि देनं असलं तर सांग.''

''न्हाई, आमचं एक पोतं ऱ्हायलंय तुमाकडं. पर असूं द्या; असूं द्या... तुमचं आनून दिल्यावर द्या म्हननसा.''

रागाच्या सपाट्यात रामानं त्याचं फाटकं पोतं हातानं उचललं आणि त्याच्या अंगावर फेकून तो म्हणाला, ''हे घे आनि चालाय लाग.''

''येवडं लगेच अंगावर फेकायला पोतं कुटं जात हुतं, का तुमी कुटं जात हुता?'' असं म्हणून सरावण्यानं पोतं खांद्यावर टाकलं आणि बाहेर येणारं हसू आत दाबत तो टाचा उडवत महारवाड्याकडं घाईघाईनं निघाला आणि अन्नावर उतारा म्हणून खिशात ठेवलेली मुळी वाटेतच त्यानं दाढेत धरली.

■

नाद

आम्ही गावी निघालो की अलीकडे हरीबाच स्टेशनवर गाडी घेऊन येतो. मग चार मैल गाडीचा प्रवास फार चांगला घडतो. ह्या प्रवासात हरीबा अनेक गोष्टी आम्हाला सांगतो. नव्या बैलजोडीचं त्याचं पुराण ऐकण्यासारखं असतं. हरीबा बैलांविषयी बोलू लागला म्हणजे पुराणिक बुवागत रंगून जातो. शर्यतीची समग्र माहिती त्याच्याकडून मिळते. दहा-वीस गावांतील बैलजोडीचा इतिहास कळतो. जवारी, हानम, खरसुंडी अशा अनेक बैलांच्या अनेक जाती समजतात आणि खुद्द स्वतःच्या गाडीचं त्याचं गाणं एकदा सुरू झालं की, मग गाव येईपर्यंत ते संपत नाही.

सुग्गीच्या सुमारास आमच्या गावची जत्रा येते. त्या यात्रेच्या निमित्तानं दरसाल आम्हाला गावाचं दर्शन घडतं. तसाच आजही चाललो होतो.

गाडी सुटली तसा हरीबा म्हणाला, ''काय मालक, कशी वाटतीय जोडी?''

हरीबाच्या नव्या बैलजोडीकडं जरा चौकस नजरेनं बघत मी म्हणालो, ''झक्क आहे की!''

''का आपलं फशिवतासा?''

''फसवू कशाला?... आणि हरीबा, कधी घेतलंस हे खोंड?''

हरीबानं अमावस्या-पौर्णिमेचा हिशोब करून सांगितलं, ''येत्या पुनवंला दोन म्हैनं हुत्यात बगा. तसं खोंड चांगलं लागलं म्हननासा.''

''कुठली खरेदी हरीबा ही?''

''काय लांबची न्हाई. गेलो एका सोमवारी वडगावला, आपलं सबागतीचं जमलं म्हननासा!''

''मग जुनी जोडी विकलीस तर?''

''काडली झाडून! अन् इकली तेच बरं झालं.''

“ते कसं?”

“बैलं अपेशीच हुतं ते!”

मी म्हणालो, “आपली समजूत असते झालं.”

“समजूत कशी म्हंतासा? त्या जोडीपासनं काय सुकाचं ताँड नव्हतं बगा. ते बैल दावनीला बांदलं तसं सगळं व्हारंच फिरलं! शात गेलं, घर गेलं... गेली चार सालं रामावानी कसा वनवास काडाय लागलोय बगतायसा न्हवं?”

“मग त्याला त्या बैलांनी काय करायचं? तू कधी राबलायस जमिनीत, कधी संसारात लक्ष होतं तुझं? आपल्याच हातांनी पायावर कुऱ्हाड मारून घेतलीस न्हवं? मग त्या कुऱ्हाडीला का दोष?”

हे ऐकून हरीबानं दैववाद पुढं मांडला. म्हणाला, “तसं न्हवं, एकक बैलाचा पायगुनच असतुया. आता तुमीच सांगा, लोकांच्या गाड्या उलटत्यात का न्हाई?”

“उलटतात की.”

“आमच्या कवा उलटल्यात का न्हाई?”

“उलटल्यात की”

“पर गेल्या साली चिप्रीला कसला परसंग आला, म्हाईत हाय न्हवं?”

“तुला ॲक्सिडंट झाला म्हणून ऐकलं होतं बाबा.”

“आता ऐकलं? तुमच्या त्या कशाकशातनं छापूनबी दिलतं म्हन की.”

“मी काही वाचलं नव्हतं; पण कळलं होतं. फार लागलं होतं म्हणे.”

“आता कसलं लागलं हुतं! आहो मालक, मरता मरता वाचलो न्हवं? दुसरा कुनी असा जायबंदी झाला असता तर जागच्या जागी ठार म्हननसा!”

“अशी कशी पण बेशुद्धी गाडी मारलीस?”

“कसली सुदबुद्द इचारता! किती केल्या ऽ तर शर्ती त्या! मानसाला भान असतंय व्हय? चांगल्या इसावर दोन गाड्या सुटल्यात्या! जसा आरडा सुरू झाला, तसं बैल उदाळलं. आदी बैल काय इचारता माझं! एकदा तापलं की निसता इस्त्याचा खोंडच म्हननासा! मग त्या तावात कुटं जाऊन घालून घेतील ह्याचा पत्त्या नसायचा. मुरा म्हन्नार न्हाईत, खड्डा म्हन्नार न्हाईत, भकली म्हंजे भकायचीच! येसनीनं नाकं फाटली तरी सुद्द नसायची! कालवा झाला तशी गाडी बेफाम म्हंजे बेफाम सुटली! सडकांची उजवी बगल धरून गाडी इप्रित सुटली. बंदुकीच्या नळीतनं गोळी जावी तशी. आनी अहो म्होरं एक कासराभर हाय म्हंताना मुऱ्यावर वड्याचं फूल दिसलं हो! डोस्क्यात दगूड घालावा तसं झालं बगा. ‘गाडी उलाटती जनू’ असं म्हंतूयाऽ तंवर उफराटीतिफराटी झाली! पडलो की वड्यात डोळं पांडरं करून! गाडीचा खुळखुळा झाला. आन् माझं डोस्कं फुटून नुसती रगताची अंगूळ झाली बगा! दैवच शिकंदर म्हनून त्यातनंबी जगलो-वाचलो.”

हे सगळं ऐकून झाल्यावर मी त्याला विचारलं, "मग त्यावर कधी शर्यत बिर्यत केलीस का नाही?"

"अजून तर काय नाव न्हाई बगा."

"का, भ्यालास काय?"

तसा तो खवळून म्हणाला, "भ्याला काय – मांजराच्या पोटाला आलोया का काय?"

मग उगीच चिडवावं म्हणून मी म्हणालो, "मग ही जोडी तशी पळायला चांगली नाही वाटतं?"

"ही बगा की." असं म्हणून त्यानं बैलांच्या शेपटीला हात घातला आणि जे बैलांनी उड्डाण केलं तसा मी मागं कलंडलो – कुणीतरी ढकलून दिल्यागत. मग जरा तारीफ केली, तसा हरीबा खुलला. त्यानं ह्या नव्या जोडीची सगळी माहिती दिली. त्यांच्या खोडी सांगितल्या. त्यांची पळण्याची तऱ्हा सांगितली. असंच बोलणं वळणं घेत घेत गावच्या जत्रेपर्यंत आलं. चहाच्या आणि मेवामिठाईच्या दुकानांचा त्यानं बरोबर हिशोब सांगितला. तमाशांच्या फडाचंही त्यानं ढंगदार वर्णन केलं आणि चार डोंबारणींची नावंही त्याच्या तोंडातून आलीच आणि शेवटी माझ्याकडं तोंड करून तो म्हणाला, "आन् परवाच्या दिवशी सकाळी... गाड्यांच्या शर्तीबी हैत! बगू या – कुटल्या कुटल्या गाड्या येत्यात..."

"हरीबा, मग तू गाडी घालनार का नाही?"

तोंड वाईट करून तो म्हणाला, "घातली असती, पर अण्णा कावत्याल हो. आन् पैशाकंडंबी जरा घोडं पेंड खातंयाच म्हना."

असं बोलता बोलता गाडी वेशीत आली. गावकरी भेटू लागले – "काय कवा आला?"... "आता येतोय हेच"... असं सुरू झालं आणि मग आमचा वाडा आला.

मी गाडीतनं खाली उतरलो तसं हरीबानं विचारलं, "काय, येतासा काय राच्चं मळ्याकडं? चान्नं पिट्टागत असतंया; या की. लागू दे जरा रानातली हवा आं? येतासा? बरं, मग आज ऱ्हायलं. उद्याला तर या. मळनीबिळनी सुरू हाय. बगातरी आपला मळा – काय?"

"बरं बरं." असं मी म्हणालो तेव्हाच त्यानं गाडी पुढं हाणली आणि मागं वळून पुन्हा एकदा तो म्हणाला, "या बरं का, ऱ्हाऊ नगासा."

...हरीबाचा हा गाडीचा नाद अगदी पहिल्यापासून आहे तसा आहे. माझ्या बाळपणी ओढ्यांवर चिंचेच्या झाडाखाली आम्ही चिंचा वेचताना हरीबाची गाडी मोकळी असली, की आम्ही पोरं त्यात बसत असू. मग हरीबा आम्हाला म्हणत असे, "पोरानू, तुमास्नी गमजा दाऊ का?"

आम्ही हरकून माना हालवल्या की तो आमच्याकडं बघून मोठ्यानं म्हणे, "आरं, काड्याची पेटी पडली ऽऽऽ!"

ह्यासरशी बैल उधळायचे. पोरं टाळ्या मारायची.

आनंदानं बेहोष होऊन टाळ्या माराव्यात अशा अनेक कला त्यानं बैलांना शिकवल्या होत्या. ह्या कामात त्याचा हात धरणारं कुणी नव्हतं. त्याची त्या काळची जोडी गाडीकामात नावजीक होतीच. हरीबा शर्यतीला गेला की नंबर घेऊनच यायचा; आणि गडी हौशीसुद्धा तसाच. मग रात्री बैलजोडीची मिरवणूक निघायची. वाजाप असायचं. ताटं भरभरून साखर वाटायची...

तसं हरीबानं नुसतं बसून खाल्लं असतं तरी सरलं नसतं, अशी त्याच्या हिश्शाला वडिलार्जित जमीन होती. चांगली हत्तीच्या पायागत. राबणाऱ्यानं त्यात सोनं पिकवलं असतं.

पण हरीबाचं ह्या कुणबिकीवर ध्यानच नव्हतं. त्याला सारा गाडीचा नाद. बैल घ्यायचा. विकायचा; जोडी जमवायची, फोडायची. त्यासाठी वरावरा बाजार फिरायचे. हेड्यांना चहा पाजायचा. दारू द्यायची. मग गाडी घेऊन कुठं जत्रेला जा; कुठ उरसाला जा – असं करायचं. आणि कुठं शर्यतबिर्यत असली तर माती सावडायची टाकून तिकडं पळायचा – असा त्याचा नाद येडझवा!

मग कशाची कुणबिक आणि कशाचं काय! केंव्हा तरी पेरणी; केंव्हा तरी कापणी. सगळं लहरीबाज काम! जोंधळा छातीबरोबर लागला तरी हरीबाची भांगलण व्हायची नाही. मिरची तोड्याला आली तरी हा गडी कुठं म्हारवाड्यात नाही तर मांगवाड्यात हेड्यासंगं गप्पा ठोकत बसलेला असायचा. सुग्गी आली की बारा तास रानात पडून राहायला पाहिजे, पण हरीबाचा आठ-आठ दिवस कुठं पत्ता नसायचा. हुंबराच्या फुलागत कधी तरी रानात उगवायचा. मग चोरचिलटांच्या नावावर भाऊबंदांना फावायाचं. रातोरात कणसं खुडली जायची. असा हपापाचा माल गपापा व्हायचा! सरकारी फाळापट्टी भागवताना चार सावकारांची घरं पूजायची पाळी यायची. मग दसरा आली, दिवाळी आली की धडुतं घ्यायला पैसा नसायचा. काय, एक नड असती माणसाला? अनेक गोष्टी असतात. कधी दुखणं, कधी काय. कधी चांगलं जनावर आढळायचं. जोड जमायची; आणि हरीबा सावकाराकडनं पैसे काढायचा. नोट लिहून द्यायची. सुग्गी संपली की वायदे संपायचे आणि तगादं सुरू व्हायचं. मग थोडं ठेवायचं. लागलाच तर नवा कागद लिहून द्यायचा. अंगठा उठवला की काय होत नाही? घानखत-तारणखत काय पाहिजे ते होतंय!

...असं होता होता रीण डोंगरागत उरावर वाढू लागलं. बोजा ताकतीच्या बाहेर गेला. बायको हाणून बडवून घेऊ लागली. पावणे पै फुकटचा सल्ला देऊ लागले. शहाणी माणसं हिताच्या गोष्टी सांगू लागली...

खरं हरीबाच्या डोक्यात काही भरंना झालं...

आपली गाडी आणि बैल म्हणणार येवढं खरं! आणि असेच दिवस चालले...

...सोन्यागत जमीन सावकाराच्या ताब्यात गेली. वेळेला तुकडा मिळेना झाला. घरातल्या तांब्याच्या घागरी, पितळेची भांडी जप्तीत गेली आणि आता पाण्याला मातीचा गेळा आला. कोरड्यास लोटक्यात शिजू लागलं...

आणि आता गेली दोन सालं अण्णांनी आमचंच एक रान त्याला भागानं दिलंय आणि हरीबा आपले दिवस ढकलतोय. असं चाललंय... आपलं काढतोय कसं तरी पोट बाहेर...

...मी दुसऱ्या दिवशी रात्री जेवण झाल्यावर जरा जत्रेतनं फेरफटका मारला आणि मग झोपायला घरी न जाता मळ्याकडं गेलो...

चांद उगवून चांगला वर आला होता. ढासं वारं सुटलं होतं. थंडीनं भोकार फुटत होतं. मळणी चालली होती. तिथं खळ्याशेजारीच जाळ करून मी शेकत बसलो होतो. वावरातल्या तुरीचा धुंद वास खात, आपलं मजेत. तशी लहर आली- वाटलं, पान खावं आणि म्हणून मी हरीबाला हाक मारली, तर एक नाही दोन नाही!

त्याचे पाय तेवढे कणसं तुडवत बैलामागनं फिरत होते; पण मन कशात तरी रमलं होतं. माझी हाक ऐकण्याइतकं त्याला भान राहिलं नव्हतं.

मग काही वेळ उगीचच मी त्याच्याकडं बघत राहिलो आणि पुढं बघवलं नाही. कळा खाणारा त्याचा वेष बघून वाईट वाटलं. दोन सालामागचा जुना फाटका-विटका पटका त्याच्या डोक्यावर होता. गुडघ्यावर नेसलेल्या धोतराला वीत वीतभर खोंबारे लागलेले दिसत होते; आणि अंगातलं जाडंभरडं मुंडं कामातनं गेलेलं होतं. त्याला पाठीवर, हातावर ठिगळं दिसत होती.

त्याच्याकडं बघता बघता पान खायची माझी तल्लफ आपोआपच निवली. येवढ्यातच हरीबाची आणि माझी नजरानजर झाली. मी विचारलं, "काय हरीबा, कशात एवढा दंग झालायस?"

हरीबा उगीचच हसला. खळ्यातनं माझ्याकडं आला आणि धगीला हात धरून म्हणाला, "काय न्हाइबा, कसला इचार करायचा?"

"तरी पर रिंदिसा दिसतोय तुझा चेहरा."

यावर हरीबानं अणिक जरा तोंड वाईट केलं. उगीचच माझ्याकडं तोंड वर करून दोन-तीनदा बघितलं. लाळेच्या जनावरानं पाय टाकायला दबकावं तसं काही तरी बोलायला तो दबकला. मग मीच म्हणालो, "पान खाऊ या, चंची काढ की."

"पान व्हय?" असं बोलून हरीबा घुटमळला. मग बूड टेकून सप्पय बसावं म्हणून पायाचे गुदघे जरा सलाम केले आणि चंची सोडत तो कचवचत म्हणाला, "पान वाळून कोळ झालया, चालंल तुमाला?"

“त्याला काय होतंय! काय तोंडाला चावतंय काय ते?” असं म्हणून मी पानं हातात घेतली. चुना लावला. हरीबानं कोरून दिलेला कात तोंडात टाकला आणि हात पुढं करत म्हणालो, “सुपारी दे की.”

तसा हरीबा लाजला. म्हणाला, “आमची सुपारी तुमास्नी न्हाई चालायची. तसंच खावा पान.”

“न चालायला काय झालं? काढ की कसली असेल तसली.”

मग समोरच्या जाळात चगाळा टाकीत तो म्हणाला, “बाबळीच्या सालीव्‌च आमी सुपारीचं काम भागिवतोय! ती तुमास्नी कशी द्यावी?”

यावर मी विषय बदलला. जरा जत्रेच्या गोष्टी काढल्या. खरं हरीबा खुलला नाही. मग म्हटलं, आता त्याच्या गाडीबैलाविषयीचं बोलणं काढावं. तवर हरीबानं डोक्याचा पटका काढून मांडीखाली घेतला. तसे त्याच्या डोक्यावरचे अपघाताचे ताजे व्रण दिसले आणि मला त्यानं सांगितलेल्या या चिप्रीच्या शर्यतीची आठवण झाली. मी म्हणालो, “काय हरीबा, आताची जोडी तरी वेसणीला मऊ आहे की नाही? का तापले म्हणजे घेत्यात घालून तुझ्या त्या जोडीगत कुठं तरी?”

“तशी काय तर्काटी न्हाईत. ‘हारे’ म्हटलं की वरचा पाय वर, खालचा पाय खाली म्हननासा.” असं म्हणून तो खळ्याकडंच बघत राहिला. त्याची जोडी खळ्यात मळणीला जोडली होती. त्यांच्याकडं खुळ्यागत बराच वेळ बघत म्हणाला, “कसली जोडी आन् काय घेऊन बसलायसा? दात हैत तर हरबरं न्हाईत; आन् हरबरं हैत तर दात न्हाईत अशातली गत आमची!”

“असं म्हणतोस? बरं चाललंय ना आता?”

“हाय ते बरंच म्हणायचं.” असं म्हणून त्यानं एक उसासा टाकला.

मी बोललो, “नाही – तू काही तरी – मनात ठेवून बोलतोस.”

“काय ठेवनार मनात म्या? आपलं हेच की ऽ ऽ ऽ कवा कवा वाईच जीवाला कोडं पडतया – आवगाड वाटतंया झालं!”

“असं कशासाठी पण?”

“आनि कशापायी? असली पळाऊ जोडी औतकामाला जोडावी लागती ह्याचंच जरा जिवाला लागतया बगा!”

“त्यात जिवाला लावून घेण्यागत काय आहे येवढं?”

तो कळवळून बोलला, “असं कसं? पळाऊ बैल अशा औतकामानं आत न्हाई का येत? नुसत्या गाडीबिगार त्यास्नी दुसऱ्या कशाला जोडून न्हाई चालत!”

हे ऐकून मला जरा हिताच्या गोष्टी कराव्या असं वाटलं आणि मी म्हणालो, “हरीबा, आता शर्यतबिर्यत दे सगळं सोडून. त्या नादानं काय चांगलं झालं नाही तुझं! आपली गाडी पळवावी, नाही असं नाही, पण गमतीनं, कधी तरी, कुठं जत्रेला

गेलासवरलास तर. आपली तेवढीच चुणूक बरी.''

असा बराच उपदेश मी केला. माझं हे बोलणं त्याला रिझलं का नाही ते कळलं नाही; पण त्या बोलण्यानं आपल्या दुःखाला वाट देण्याइतका तो माझ्या जवळ आला येवढं खरं.

सकाळचं मळ्यातनं घरी निघताना तो मला म्हणाला, ''एक काम हाय बाळासाब-''

''कसलं? सांग की.''

खाली मान घालून त्यानं विचारलं, ''रुपाया-योक-मिळंल?''

मी चटकन म्हणालो, ''हो. न मिळायला काय! एकच हवा?''

''व्हय. योक द्या म्हंजे झालं. फुरं तेवडाच. उगच आपली पोरं जत्रा जत्रा करत्यात, तवा काय तरी भेंडबतासू घेऊन द्यावं म्हंतो.''

रात्री जत्रेतनं तसाच मळ्याकडं आल्यामुळं कोट अंगात होता. खिशातनं एक रुपाया काढून तो त्याला देत मी म्हणालो, ''असं कर, हा एक रुपया घे. आणि थोडं लागलं सवरलं तर देईन. मग घरी ए.''

...आणि चहा घेताना अण्णा म्हणाले, ''काय म्हणत होता काय हरीबा माझ्याबद्दल?''

''काय नाही. का?''

''आपलं म्हणायचा काही तरी. कारण आज शर्यती आहेत ना?''

''मग?''

''खुळा गाडीबिडी घालायचा त्याच्यात; म्हणून मुद्दाम हा मुहूर्त साधून मळणीचं खेटाक काढलं. तेव्हा म्हटलं, काय म्हणत होता की काय?''

''काही नाही, पण चेहेरा मात्र पडला होता त्याचा.''

...आणि दहा वाजता आम्ही शर्यती बघायला गेलो तर...

तर हरीबानं एक रुपया प्रवेश फी नोंदवून फज्जाला गाडी उभी केलेली! माझ्या डोळ्यांवर माझा विश्वास बसत नव्हता; पण गोष्ट खरी होती. रात्रभर कूस खात तिवड्याभोवती फिरणारी तीच जनावरं शर्यतीसाठी उभी होती!

एका उन्हाळ्याची गोष्ट

चारदोन टिप्पिरं वळीव आतापर्यंत पडून जायला पाहिजे होतं; पण पावसानं तोंड फिरवलं होतं. चांगलीच वड धरली होती. जमीन पाण्यावाचून जागजागी भेगाळून गेली होती. 'पाऊस... पाऊस' म्हणून लोक उसनत होते आणि कुदांडा मेघराज त्यांना रोज गुलांड्या दाखवत होता. माळं वगळी पिवळी होऊन करपली होती. डोंगरांच्या बरगड्या उघड्या पडल्या होत्या. गायरंमेंढरं निष्कारणी उन्हातान्हात डोंगर चढायची आणि दिवसभर तळतळून रिकाम्यापोटी माघारी फिरायची. मोलमजुरी करणारे लोक उपाशी पोटानं नुसतेच उंडगे फिरायचे-कुठं तरी बसून वेळ काढायचे. फुकटच्या मिळाल्या तर बिड्या ओढायच्या आणि मोकळ्या तोंडानं गप्पा ठोकायच्या. कुठं उरूस असला, जत्रा असली, की तमाशाच्या कनातीवर माणसांची मिठ्ठी पडायची. रात्रभर जागून डोंबारणीचं गाणं ऐकायचं आणि दिवसभर टवाळी करत हिंडायचं. पावसाची वाट बघत बसलेल्या गावानं याशिवाय दुसरंतिसरं काय करावं?

दिवस चांगला कासराभर वर आला होता. परसदाराला गुरांच्या गोठ्याम्होरं बाजल्यावर वाकळंत अंग झाकून गडद निजलेला म्हादा आईनं चार शिव्या हसडल्यावर उठून बसला. तमाशाच्या जागरणानं त्याचं अंग कचकचत होतं; पण दिवस वर आलेला बघून त्यानं आळस झाडला. वाकळ आडवीतिडवी गुंडाळून खांद्यावर टाकली आणि एका हातानं बाजलं उचलून त्यानं ते गोठ्यात नेऊन उभं केलं. बाजल्याच्या एका वरच्या पायावर वाकाळ टाकली आणि गोठ्यातल्याच लोटक्यात पाणी भरून घेऊन तो परसदारानंच गावंदरीकडं चालला. रात्री बकुळाच्या तोंडानं ऐकलेली एक लावणी म्हणत निघाला...

कुण्या गावचं हे नवीन पाखरू...
आलंय घरा...बसलंय डौलात...

मग आणि एक घटकानं म्हादा चुलीपुढं बसलेल्या आईम्होरं जाऊन मांडी

घालून बसला आणि खालमानेनंच म्हणाला, "वाड."

त्याच्या आईनं कपाळाला एक शंभर आठ्या घातल्या आणि ती आपल्या लेकाकडं नुसतं बघतच बसली; तसा म्हादा तराकला. भडकून बोलला, "आयला हिच्या ऽ ऽ अग, वाड म्हंतो न्हवं तुला?"

आई खेकसून किनऱ्या आवाजानं म्हणाली, "फोड उटलं तुला ...मला डापारतोस? शाप वाडनार न्हाई जा!"

मग म्हादा स्वत:च उठला. कोपऱ्यातली थाळी आणि वंगाळ उचलून त्यानं दण्णकन समोर आदळलं आणि भाकरीची बुट्टी समोर ओढली. तशी त्याची आई त्याच्या हातातनं बुट्टी हिसकावून मुकाट्यानं स्वत:हून वाढू लागली.

म्हादा न बोलता घास गिळू लागला. मध्येच हलक्या आवाजानं त्याची आई म्हणाली, "म्हादा, कुटं गेलातास रं राती?"

उत्तरासाठी ती वाट बघत राहिली आणि म्हादा वर न बघता वचावचा भाकरी चावू लागला. तो बोलत नाही हे बघून मग तीच म्हणाली, "अरं, चांगलं न्हवं रं हे ध्यान! ह्या वयात असं थेर, तर मग फुडं कसा व्हायचा तुझा जलम?

लेकाच्या ह्या काळजीनं आई झुरत होती. ती त्याला गोडीगुलाबीनं सांगू लागली, "बाबा, त्यो मांदिशाचा परशा काय चांगला हाय व्हय? अरं, गावावरनं ववाळून टाकल्यालं बेनं ते! आपल्यासारख्यानं ह्यांची संगत धरूने बाबा – काय करून बसंल आनि तुझ्यावर आफत आनून मोकळा होईल...

आईचं हे बोलणं म्हादाला गोड लागलं नाही. त्यानं कशी तरी न्ह्यारी केली आणि शेजारच्या पोत्यातनं दोन बचका शेंगा धोतरात घालून धोतर वर धरून तो बाहेर गेला. घराच्या पायरीवर पाय तणावून बसला आणि सकाळचं ऊन खात शेंगा फोडू लागला.

आई म्हणाली, "म्हादा, अरं खुशाल शेंगा खात बसलायास. काम न्हाई धंदा न्हाई-चार कावडी पानी तर आन."

पण म्हादा जागचा उठला नाही. तो आपला पुढं बघून शेंगा फोडत राहिला. असाच थोडा वेळ गेला आणि मग मांदिशाचा परशा लंगोटा कपाळाला बांधून आणि धोतराचा पिळा बगलेत मारून लगालगा आला. आला तसा म्हादाच्या धोतरात हात घालून बक्कळ दोन मुठी शेंगा काढून घेतल्या आणि तो म्हणाला, "येतोस अंगुळीला?"

"येतो की."

"मग आटीप तर."

म्हादा उठला. लांब ढेंगा टाकून तो घरात गला. अडदाणीवर वाळत घातलेलं धोतर घेऊन आणि डोक्यावर तेल माखून तो बाहेर आला.

"कुठल्या हिरीला जाऊ या?"

"चल तू." परशा मोघम म्हणाला.

परशाचं सगळंच बोलणं असं मोघम असायचं. न बोलता एकदम चमत्कार करून दाखवण्याची त्याची तऱ्हा म्हादाला माहीत होती. म्हणून तो गुमानच त्याच्याबरोबर चालत राहिला. दोघंही गावच्या वेशीत आले आणि पांदीनं रोजच्यागत वरतीकडं जायचं सोडून खालतीकडं वळले. मग म्हादानं विचारलं, "अरं, हिकडं कुठं?"

तो नाना कला अवगत असलेला डोकेबाज माणूस म्हादाच्या पाठीत गमतीनं एक बुक्की घालून म्हणाला, "अरं, चल तू."

मग दोघेही चालत राहिले. चालता चालता म्हादानं वाटेवर लागणाऱ्या सगळ्या विहिरींची मनात उजळणी केली. जायानांची विहीर मागं गेली. मगदूम, पाटील, मिठारी ह्यांच्याही विहिरी मागं गेल्या; तसा म्हादा पुन्हा म्हणाला, "अरं, कोंच्या हिरीला जायचं ते तरी सांग."

यावर परशा थोडकं हसून बोलला, "घाबरू नगंस. म्या काय तुला कुठं आडरानात नेऊनशान मारत न्हाई."

पण म्हादाच्या मनात आलं, 'ह्येचा कुनी नेम सांगावा!'

मांदिशाचा परशा होताच तसा. त्याचा अंत कुणाला लागायचा नाही. त्याच्या मनातला हिशेब कुणाला सहजासहजी उकलायचा नाही. घोड्यावाणी बाहत्तर खोडी अंगात असलेला खोडगुणी माणूस तो! उद्याचं धोरण आज आखायचा. त्याला लांबचं दिसायचं. शेरडं घेऊन जाणाऱ्या पोरी कोणत्या वेळेला कोणत्या वगळीत भेटतील हे तो गावात बसून सांगायचा.

परशानं म्हाद्याच्या खांद्यावर सलगीनं हात टाकून विचारलं, "म्हादा, लेका, खरं सांग... अजून कोरा ऱ्हायलास व्हय रं तू?"

नुकती मिसरूड फुटू लागलेल्या म्हादाला त्याचा हा प्रश्न उमजला नाही. तो वर तोंड करून म्हणाला, "काय म्हंतोस?"

परशा मोठ्यानं हसून म्हणाला, "अरं, तुटलाईस का न्हाईस अजून?"

परशाचं हे बोलणं म्हादाला कळलं नाही. मग तो खालमान घालून नुसताच गुमान चालत राहिला. तसा परशा त्याला एक चिमटा काढून म्हणाला, "लेका, सांग की."

"काय सांगू?"

"अरं, कोंच्या पोरीला बट्टा लावलाईस का न्हाईस अजून?"

म्हादा हसला. बायली, काय प्रश्न! त्याला काय सांगावं हा प्रश्न पडला. आजवर एकाही पोरीचा हात त्यानं कधी धरला नव्हता. एखादीला बाजारात गर्दीत

गाठून जाता जाता एक कसता धक्का देण्याचंसुद्धा धाडस त्यानं कधी दाखवलं नव्हतं. पण अगदीच नाही म्हणून कसं सांगायचं? म्हादाला स्वत:ची लाज वाटली आणि खोटं बोलायचं ठरवून तो लाजत लाजत म्हणाला, ''एकदा गाठली होती एक.''

''मग काय गांगारलास?''

''हूं, गांगारतोय!''

''मग काय हरकत न्हाई! पर कोन रं?''

आता आला का आणि आवघाड प्रश्न! कुणाचं नाव घ्यावं? परटाच्या लेकीचं? का चौगुल्याच्या पारूचं? पर नगो गड्या... गावातलं कुणाचं नाव नगो. व्हय, नाही तर हा भाद्दर थेट जाऊन विचारायचा तिला! अणि मग तो म्हणाला, ''गावातली न्हाई ती.''

''मग काय परगावची? आनि ते कसं रं?''

''हाय लांबची पावनी.''

''मग आता सद्याला उपाशीच असशील?''

म्हादा नुसताच हसला. तसा परशा म्हणाला, ''म्हाद्या, चार-दोन रुपये खरचनार का?''

''का?''

''आता काय सांगायचं लेका बाळबोदाला?''

''बरं, खरचीन.''

''मग फक्कड पाकरू देतो तुला गाटून!''

विचारावं का नको असं करत अखेरीस धीर करून तो म्हणाला, ''कोन पोरगी रं?''

''ते लेका तुला काय करायचं? दिलं म्हंजे झालं न्हवं.''

तवर डोणीची विहीर जवळ आली. उसाचा एकुलता एक फड दिसू लागला. परशानं चालता चालता उभा राहून विचारलं, ''म्हाद्या, लेका हिकडं का आलो सांग बगू?''

''कोन तरी येनार असंल.''

''हॅट लेका! सदा ह्योच इचार दिसतोय तुझा.''

''मग का आलास?''

''सांग की – वळीक की –''

''आंगुळीला?''

'' हॅट लेका! मागं काय हिरी न्हवत्या?''

तेही खरंच. मग हिकडं येवढ्या लांबच्या पल्ल्यावर येण्याचं कारण काय? तंवर परशा म्हणाला, ''म्हाद्या, ह्यो ऊस बगितलास का? लेका, आता ह्या उपाध्याच्या फडात शिरून दोन दोन ऊस चाबलायचं! आता गावात दुसरीकडं ऊस कुटं हैत?

हा विचार कळून म्हादाला आनंद झाला, कारण रानातलं उसाचं सगळं फड गाळून झालं होतं. जिकडंतिकडं नव्या लावण्या झाल्या होत्या. क्वचित एखादा फड चुकून नदरं पडायचा. अशा वेळी एखादी उसाची कांडी कुठं भेटली तर केवढी अप्रूबाई!

परशा उपाध्याचा बांध ओलांडून म्हणाला, "ए असा मागनं. जरा सावध हं."

त्याच्या मागोमाग म्हादा सावधगिरीनं चालला.

पायाच्या पिंढरीगत दोन ऊस फोडून ढेकर देत ते फडाच्या बाहेर पडले आणि आंघोळीला डोणीच्या विहिरीवर आले. गावातल्या विहिरी सगळ्या आटल्या, नदी ठणठणीत कोरडी पडली, तरी ह्या विहिरीचा तळ कधी दिसायचा नाही. उपाध्या दोन मोटांनी ह्या विहिरीचं पाणी उपसायचा. कावळ्याच्या डोळ्यांगत ते पाणी बघून त्यांनी कपडे काढले आणि उड्या टाकल्या. त्या थंड पाण्यातनं त्यांना वर निघावंसं वाटेना. ते बुडून एकमेकांची पाठ शिवू लागले. तळाचा गाळ मुठीतनं वर आणू लागले. मग उड्या मारायची सणक आली. म्हादानं अगदी वरच्या पहिल्या पायरीवरनं उडी ठोकली, तसा परशा मोटवणावर चढला. छातीशी दंड दुमडून त्यानं शू-शू करून दंड थोपटले आणि आपले दोन्ही पाय एकमेकाला चिकटवून त्यानं झेप घेतली. एखादी पार वरनं खाली यावी तसा तो पाण्यात घुसला. तळाचा गाळ ढवळून वर येऊ लागला... पाणी गढूळ होऊन गेलं तसे ते वर आले आणि ओल्या धोतराचा चौपदरी फडाणा डोक्यावर घेऊन ते घरी चालले.

पोटातला ऊस आता जिरला होता. पायांखालचा फफुटा चटाचट डागण्या देत होता. आणि वरनं उनाची तिरीप डोळ्यांत घुसत होती. पोटात कावळे नाचत होते. तसा परशा म्हणाला, "म्हादा, लेका पॉट भकाळी गेलं की रं."

"व्हय, माजीबी न्ह्यारी जिरली सगळी."

"घर तर लांब लेका अजून."

"मग काय करावं म्हंतोस?"

परशा बोलला, "बग की कुठं काय दिसतंय काय?"

"आता काय असनार रानात?

रानातले आंबे तर सगळे उतरले होते. एखादा कुठंतरी मागास दिसायचा, पण त्यालाही वाडरा-पोरांच्या तडाक्यातून चुकून राहिलेल्या चार-दोन कैऱ्या शेंड्याला दिसायच्या. त्याही वारस नसल्यागत. उसाचा फडही मागं राहिला आणि भोवतीनं सगळ्या मोकळ्या जमिनी पसरलेल्या. काटंकुटं, दगडधोंडे वेचून जमिनी अगदी निकोप करून ठेवल्या होत्या. आता नुसतं दोन-चार टिप्पिरं वळीव पाहिजे होतं. पावसाची वाट बघत बसलेल्या त्या मातीत काय आढळणार?

पण एकाएकी परशा म्हणाला, "म्हाद्या, आबा कुलकर्ण्यांच्या रानाकडं जाऊ या?"

"नगो बाबा."

"का रं?"

"लई फेरा पडंल बाबा."

"पडू द्या – चल लेका. गाजरं खायाला देतो की तुला."

"आनि ते बरं खाऊ देतील?"

"अरं, दुपारच्या टायमाला कोन असतंया रानात? गडीमानसं भाकरी खाऊन निजली असत्याल गडद खोपीत!"

मग दोघंही मधनंच घुसलं रानातनं. ऊन मी म्हणत होतं. कुळव फिरवून भुसभुशीत केलेली जमीन विस्त्यागत धगधगत होती. त्यात चार चार बोटं पाय रुतायचे. त्यांचे तळवे होरपळून निघाले. पाय उचलायचं म्हादाच्या जिवावर येऊ लागलं. तसं एक जांभळाचं झाड बघून तो म्हणाला, "परशा, जांभळं खाऊ या का रं?"

"हॅं लेका, काय गरवार हैस काय?"

"का रं लेका?"

"मग असं काय दिसंल ते मागतोस डोवाळं लागल्यागत – आन् लेका, धाकट्या पोरागत जांभळं काय खातोस?" असं म्हणून तो बोलला, "ह्यो आला न्हवं मळा?"

आबा कुळकर्ण्यांच्या बांधावर आल्यावर परशानं सगळीकडं एकवार नजर टाकली. ऊन टळटळंत होतं. अंगाची लाही होत होती. ह्या वेळेला कोण असणार रानात? परशा म्हणाला, "म्हाद्या, लेका, बग, कोन दिसतंय काय?"

कुळकर्ण्यांच्या रानात त्या दुपारच्या वेळेला आबांची खोप तेवढी वनवाशागत उभी होती. जनावरंही खोपीच्या सावलीत निवांत रवंत करीत बसली होती. बाकी चिटपाखरूदेखील नव्हतं. गडीमाणसांच्या जिवावरचा आबांचा तो मळा बेवारशागत दिसत होता. कांद्याच्या हिरव्या पाती उनानं सुकल्या होत्या. कोथिंबिरीगत दिसणाऱ्या गाजराच्या पाल्यानं एक एकर रान माखलं होतं. इरकली हिरवं लुगडं पसरावं तसं.

परशानं म्हादाला चिमटा घेतला आणि ते दोघंही लगालगा गाजराकडं गेले. दोघांनी मिळून भसाभसा गाजरं उपडायला आरंभ केला. पोटात भ्या असलेला म्हादा खालवर बघायचा आणि गाजरं उपडायचा. दहा-वीस गाजरं उपडल्यावर म्हादा म्हणाला, "आता फुरं गड्या – चल जाऊ."

"अरं उपड आनि धा–पाच."

तवर खोपीवरनं हळी आली. "अरं कोन रं ते – अरं ए ऽ ऽ ए ऽ ऽ"

म्हादा गाजरं टाकून लांब झाला. त्याला वाटलं-इच्च्याभनं, ही काय आफत आली!

तसा परशाही गाजरं उपडायचा थांबला आणि म्हणाला, ''लेका, पळतोस काय? गोळा कर आदी.''

पण म्हादा पुढं आला नाही. खोपीवरनं माणूस पळत येत होता. त्याला बघून परशानंही गडबडीनं धोतरात गाजरं दडवली आणि नावाला चार हातात धरून त्यानं रानातनं पाय काढला.

तसा आवाज आला, ''कोन रं ते – अरं ए ऽ गाजरं टाक आदी.''

''न्हाई गा. चार खायला घेतली आपली.'' असं म्हणून परशा उभा राहिला. गडी जवळ आला आणि मांदिशाच्या परशाला बघून त्याचा ताव निवला. तो कसनुसा चेहरा करून म्हणाला, ''अरारा – कशाला रं उपडली ही कवळी गाजरं?''

आणि कोण दुसरा असता तर त्यानं हातात पायताणच घेतलं असतं. पण मांदिशाच्या परशाची कळ कुणी काढावी? राती इरेचं पांदीनं जातायेता काढायचा काटा! मालकही राह्यचा बगलेला आणि फुकट मरायची पाळी यायची. गोफणीनं फर्लांगावरची चवली टिपणारा परशा त्याला पुरा दखल होता. मग त्याला तुटून कोण बोलणार? आबांचा गडी नुसताच हळहळला आणि उपडलेली गाजरं मनात मोजू लागला. तसा परशा बोलला, ''अरं, तू का येवडा हळहळतोस? गेलं तर मालकाचं जाईल. काय तुझं जानार हाय?'' असं म्हणून परशा गाजरं खात आपल्या वाटेला लागला. खाली पांदीत लांब उभ्या असलेल्या म्हादाला म्हणाला, ''काय लेका, धोतर पिवळं केलंस की – काय खात हुता, काय गिळत हुता तुला त्यो?''

पण म्हादा राहून राहून मनात म्हणत होता, 'धरलं असतं आनि चार पायतानं उडीवली असती तर काय घ्या त्याचं?'

पण आता आबा कुळकर्ण्यांचा मळा मागं राहिला होता. सोबतीला परशा जवळ होता आणि मग एकाएकी म्हादाला भूक लागली. तो हात पुढं करून म्हणाला, ''हिकडं आन गाजरं.''

दोघंही गाजरं खात चालू लागले. दिवस डोक्यावर आला होता. वरनं ऊन नुसतं तडकत होतं. उनाच्या त्या मारानं त्यांच्या डोक्यावरचा तो चौपदरी फडाणा सुकला होता.

गाव जवळ आलं. अजून गाजरं संपली नव्हती, तवर समोरून धुण्याचं बोचकं डोक्यावर घेऊन कुणीतरी लचकत येताना दिसलं. त्यांच्या हातातली गाजरं तशीच राहिली. तोंडात गाजराचा ओलावा असूनही नरडं सुकून आलं. म्हादाच्या छातीतला ठोका वाढला. परशानं विचारलं, ''म्हाद्या, कोन येतंय रं म्होरनं?''

''परटाची चंपी जनू.'' म्हादाचा घसा जरा खरखरला.

परटाची चंपीच समोरून येत होती. कपाशीच्या फुलागत पिवळी दिसणारी चंपी साऱ्या गावाला चळ लावत होती; पण तिच्या बाचा वचकच दांडगा म्हणून तिच्या

वाट्याला जाण्याची कुणाची छाती होत नव्हती. जो तो तिच्या बाला टरकून असायचा. म्हणून तरुण हुरूट पोरं चंपीकडं नुसती बघायची, उगा खाकरायची आणि जिभल्या चाटायची. तीही लाजमुडी उगा नखरा करायची, पायांत चाळ बांधल्यागत सतरांदा गावातनं तुरगूमुरगू करायची.

चंपी जवळ आली तशी ह्या दोघांना बघून वाट सोडून बगलेला झाली आणि एक मुरका मारून पुढं गेली. तसा परशा थबकला आणि मागं वळून धिटाईनं म्हणाला, "चंपा..."

चंपी ऐकू न आल्यागत करून सुसाट सुटली. मागं न बघता चालू लागली; तसा परशानं एक सुस्कारा टाकला आणि तो पुन्हा चालू लागला.

म्हादा बोलला, "बायला, कशी तमाशातल्या बकुळीगत ठुमकती रं!"

"कसं हाय कांडकं?"

म्हादानं आपल्या ओठावरनं जीभ फिरवली. तसा परशा म्हणाला, "काय पायजे का झाज हे?"

म्हादा लाजला आणि खाली मान घालून चालू लागला.

"का रं, काय बोलत न्हाईस?"

मग म्हादा म्हणाला, "तिच्यावर लईजन टपल्यात!"

"टपनात रं. तुला काय भ्या हाय?"

"तिचा बा कसला हाय, म्हाईत हाय न्हवं?"

"काय करतंय ते परीट!"

"काय करतंय? अरं, एक तडाका लावला तर डोळं पांढरं हुतील?"

चंपीचा बाप तसा होताच धिप्पाड. तो बोलाय लागला म्हणजे वाघ गुरगुरल्यागत वाटायचं.

तवर समोरून चौगुल्याचा बाळू येताना दिसला. ते उगीच झिंज्या राखून वाकडा भांग पाडायचं आणि कुत्र्यागत साऱ्या गावातनं वास घेत फिरायचं. त्याला बघून परशा म्हणाला, "बायला, हे कुटं रं हिकडं उलथायला निगालंय?"

म्हादा बोलला, "अरं, त्या चंपीच्याच मागं हाय – तिच्या मागावर चालला असंल."

परशाच्या मेंदूत एकाएकी बिघाड झाला. हे झिंज्याबाज फंचं चंपीच्या मागं लागतंय म्हणजे काय! चौगुल्याच्या बाळाला बघून त्याचं पित्त खवळलं. तो जवळ आला तसा गाजराचा बुडका टाकायचं निमित्त करून त्यानं तो बाळाच्या अंगावर फेकून मारला. तसा बाळा नाक फुगवून उभा राहिला. म्हणाला, "काय मस्ती आली काय?"

त्यासरशी परशा दात खाऊन अंगावर धावून गेला. त्याच्या झिंज्या धरून दोन

कानसुलात लगावल्या आणि त्याला तिरीमिरी आल्यावर मागं ढकलून म्हणाला, "ए खडम्या, लेका, शिपीभर रगात अंगात न्हाई आनि कुनाची मस्ती काडतोस?"

झीट येऊन भिरमिटलेला बाळा मटकन खाली बसला. तशा आणि चार शिव्या देऊन परशा चालाय लागला. त्या तावात म्हणाला, "म्हाद्या, आज सांचं धरायची चंपीला...बगू काय करतंय हे माकाड!"

त्याच नादात ते पुढं चालत गेले. म्हाद्या घराकडं वळताना परशा म्हणाला, "काय करनार दुपारी?"

"काय न्हाई – रिकामाच हाय."

"मग जेवल्यावर ये म्हादेवाच्या देवळात."

वचावचा भाकरी खाऊन म्हादा देवळात आला. परशा अजून आला नव्हता. त्याची वाट बघत तो बसून राहिला. त्या जुन्या देवळातल्या पाकोळ्या तमाशातल्या बकुळीगत मध्येच गिरक्या मारून जायच्या. त्यांच्या त्या फिरक्या, वेगवान गिरक्या बघत तो बसून राहिला. त्यांच्या लेंड्यांचा उग्र कुजका वास नाकात शिरत होता आणि देवळातल्या थंडगार सावलीनं डोळ्यांवर झापड येत होती. त्या गार सावलीत तो बसल्या बसल्या आडवा झाला. पण मिटलेल्या डोळ्यांसमोर कपाशीगत उमललेली चंपी त्याला दिसू लागली – कमरेत लचकत चालणारी चंपी...पायांत चाळ बांधल्यागत तुरूमुरू करणारी चंपी...

म्हादाच्या डोळ्यांची आग झाली. तो वरच्या आड्याकडं बघत पडून राहिला. मग सावकाशीनं भाकरी खाऊन परशा आला. तो आला तसा म्हणाला, "म्हाद्या, काय कनवटीला पैसा हाय काय लेका?"

"कशाला?"

"बिड्या आनू या की."

असं म्हणून त्यानं म्हादाची कंबर चाचपली आणि त्याच्या कनवटीची चवली काढून घेऊन तो बसल्या जागेसनंच रस्त्यावर खेळणाऱ्या एका पोराला हाक मारून म्हणाला, "चवलीच्या बिड्या आन जा रं."

पोरगं बिड्या घेऊन आलं तशी एक बिडी घेऊन तो देवाच्या गाभाऱ्यात शिरला आणि समईवर बिडी पेटवून घेऊन परत आला. दोन तास फसासा बिड्या ओढल्या आणि मग तीन वाजून गेल्यावर ते दोघंही बाहेर पडले. लगालगा गावाच्या वेशीत गेले आणि खालतीकडं वळून ते चालू लागले. अजून उनाचा ताव निवला नव्हता. मग परशा म्हणाला, "म्हाद्या, अजून वकूत हाय रं."

"किच्चा?"

"दिवस बुडता बुडता ईल बग."

ते पांदीच्या कडेला एका डगरीवर येऊन बसून राहिले. दिवस मावळायला अजून बक्कळ दोन घंटे होते. ते बसले होते त्या डगरीजवळ पाणंद एक वळसा घेऊन पुढं जात होती आणि घाणेरीच्या झुडपानं अलीकडचं पल्याड आणि पलीकडचं अल्याड काही दिसत नव्हतं. त्या डगरीवर बसून बसून ते कंटाळले; पण वेळ काही सरेना. तशी परशाला एक आठवण झाली. जो जागचा उठला आणि म्हादाला म्हणाला, "म्हाद्या, चल लेका."

"कुटं रं?"

"चल तू."

"आणि थांबायचं न्हाई हितं?"

"तवर येऊ की आनि."

आणि मग ते दोघंही मोकळ्या वावरातनं झपाट्यानं चालू लागले. हा गडी कुठं निघालाय हे म्हादाला समजेना. परसा पुढं आणि म्हादा मागं. झपाट्यानं ते मिठारी अण्णांच्या वावरात आले. मग परसा थांबला. बारीक डोळ्यानं त्यानं वेध घेतला. आणि एका खुणेच्या जागी जाऊन तो म्हादाला म्हणाला, "म्हाद्या, बस खाली."

तो का बस म्हणतोय हे म्हादाला कळलं नाही, तरी तो खाली बसला. मग परसाही त्याच्यासमोर बसून ती भुसभुशीत काळी जमीन उकरू लागला.

एक वीतभर माती उकरल्यावर उसाचा वाळ्ला पिवळा चगाळा लागला. परसानं तो चगाळा घाईघाईनं बाजूला सारला; तसे उष्णतेनं धगधगणारे पिवळ धमक आंबे डोळ्यांना दिसू लागले! त्यातला एक आंबा बाहेर काढून म्हादाला दाखवत तो म्हणाला, "कुटलं वळीक."

"मोगी आंबा दिसतोय."

"अरं, पर कुटला?"

"जगतापाच्या रानातला जनू."

"बरोबर हाय. हान, खा आता!"

पाचपाच सहासहा आंबे दोघांच्या वाटणीला आले. त्या मोगी आंब्याच्या कुया चोखून झाल्यावर दोघांनीही आपले हात त्या काळ्या मातीत चोळले आणि त्याच मातीनं आपले ओठही कोरडे केले.

आंब्याच्या रसानं धुंदी चढली होती. पश्चिमेला दिवस डोंगरावर उतरला होता. शेरडं-गुरं घेऊन पोरी परतत होत्या. कडब्याचा भारा घेऊन एखादा कुणबी खालमानेनं आपली वाट कमी करत होता. मध्येच बैलाच्या गळ्यातले चाळ ऐकायला येत होते, पण चंपी अजून दिसत नव्हती. तिचीच वाट बघत परसा आणि म्हादा डगरीवर बसले होते. ती येताना दिसली की परशानं पांदीत उतरावं आणि म्हादानं डगरीवर उभं राहून कोण येतंय की काय ह्यावर पहारा करावा – असा त्यांनी बेत रचला होता.

एकाएकी परसानं आपले डोळे बारीक केले आणि नीट निरखून तो म्हणाला, "म्हाद्या, चंपी आली रं!"

म्हाद्याचा घसा कोरडा पडत चालला. त्याच्या तोंडातनं शब्द फुटेना झाला. ती जवळ आली तसा परसा पांदीत उतरायला निघाला. त्यानं खाली उतरता उतरता म्हादाला बजावलं, "म्हाद्या, लेका, दोनीकडं नजार ठेव चांगली – आनि कोन दिसलं की हलकी शीळ घाल."

मग परसा खाली पांदीत उतरला आणि म्हादा वर एकटाच डगरीवर उभा राहिला. समोरून चंपी येताना बघून त्यानं आणि हाक मारली, "परसा –"

"का रं?"

"काय न्हाई –" त्यानं आवंढा गिळला.

"मग काय लेका?"

"चंपी आली बरं का –"

"हाय म्या सावध –"

"बरं." असं म्हणून तो पांदीच्या दोन्ही अंगांना बघत राहिला. चंपी जशी जवळ येऊ लागली तसं त्याच्या हाता-पायांना कापरं सुटलं.

तो गुमान उभा राहिला, पण धुण्याचं बोचकं डोईवर घेऊन चंपी जशी जवळ आली तसा म्हादाचा धीर सुटला. त्याच्या दाताला दात बडवू लागले. लोहाराच्या भात्यागत त्याची छाती वरखाली होऊ लागली आणि एका जागी उभं रहायला त्याच्या पायांतील ताकद सरली.

चंपी समोर येताच पांदीत उभा राहिलेला परसा तिला आडवा झाला. तशी भ्यालेली ती पोरगी डोक्यावरचं ते बोचकं टाकून हरणागत उडी मारून बाजूला झाली. लटलटा कापत मोठ्यानं म्हणाली, "खबरदार, भाड्या, अंगाला हात लावशील तर – बाला सांगून –"

तसा परसा झेप घेऊन अंगावर चालून गेला. भाड्या म्हणते म्हणजे काय? पण परसा पाठी लागला तशी ती वाऱ्यागत पळत सुटली. आणि पळता पळता ती दोन्ही हात तोंडावर घेऊ लागली.

बोंब ऐकून परसा हादरला. आता ही बोंबलून माणूस गोळा करणार म्हणून तोही माघारी फिरला. त्यानं पळत पळतच ती डगर गाठली.

पण म्हादा डगरीवर नव्हता. तो चांगला फर्लांगभर लांब पळून गेलेला दिसला. मग दोघंही पळत सुटले. पळूनपळून दमल्यावर दोघंही उभं राहिलं.

आता गाव लांब मागं राहिलं होतं. माणसांची वर्दळही संपली होती. अंधार पडत होता. जवळची रानं, खोपी ओळखीच्या दिसत नव्हत्या.

म्हादा डोळ्यांत पाणी आणून म्हणाला, "आता तिच्या बाला कळलं म्हंजे रं?"

परसा काही बोलला नाही; पण दोघंही खाली बसून विचार करीत राहिले. परटाबरोबर तोंड द्यायचं म्हणजे साधी गोष्ट नव्हती. त्याला हे कळल्यावर हाडाचा बुकना व्हायला वेळ नव्हता. बुद्धी चालेना तेव्हा ते घुम्यागत बसून राहिले. कोणच काही बोलेना. म्हादा तर नुसता मोजणीच्या दगडागत बसून राहिला. मग एका जागी तसा बसला बसला आणि म्हणाला, "आता गड्या, गावाला मुकलो म्या!"

रात चांगली बक्कळ झाली तसा परसा उठला आणि म्हादाला म्हणाला, "चल,"

"कुटं?"

"गावाकडं."

"म्या न्हाई बाबा!"

मग परसा दमानं म्हणाला, "अरं, चल तू. म्या हाय न्हवं?" आणि त्यानं त्याच्या बगलेत हात घालून त्याला बळेच उठवलं.

चालता चालता परसा म्हणाला, "काय घाबरू नगस – म्या सांगतो तसं करायचं."

"कसं?"

...चंपीचा बाप बाहेर अंगणात बाजल्यावर पसरला होता. मध्यरात्रीच्या गार वाऱ्यानं त्याला चांगली गडद झोप लागली होती.

आणि एकाएकी फरशी कुऱ्हाडीचे चार-पाच वार त्याच्या पायांवर झाले. म्हातारा गुरागत ओरडला. सगळं गाव हडबडून जागं झालं. रक्तामांसानं आपले दोन्ही पाय भरलेले बघून त्या परटाच्या काळजानं ठाव सोडला. घरातल्या माणसांनी हलकल्लोळ माजवला.

मग चर्चा सुरू झाली ही कुणी कर्णी केली असंल? कोण गा बाबा वैरी ह्यो? सारं गाव विचारात पडलं. कुणाचा संशय घ्यावा? कुणी म्हणालं, "परटाला काय एक शत्रू हाय? त्यो तर काय कमीचा होता? दांडगावा केला म्हंजे अशी अद्दल घडीवनारा भेटनारच कोनबी!"

...सकाळी म्हादा परसाला म्हणाला, "परटाला न्हेला कोलापूरला – दवाखान्यात."

परसा बोलला, "आता पंधरा तीन आटवडं तर घोर टळला! फुडचं फुडं बगू!"

■

शेतकऱ्यांचा राजा

औरवाड, कुरुंदवाड, आलास, बुबनाळ ही गावं पिकवत पिकवत कृष्णा वाहत येते आणि त्या खेड्याला वळसा घालून पुढं निघून जाते. एकदा पूर येऊन गेला, पाणी आत ओढलं की नदीकाठावर गवताची हिरवीपिवळी लव दिसू लागते. तेज आणि टवटवी येते. वाऱ्याची लाट अंगावर घेत हे कुरणाचं गवत पोहू लागलं की बघणाऱ्याची नजर ठरत नाही! तसाच ऊस, मक्का, शाळू, वांगी, कलिंगड, रताळी. काही नाही असं नाही. दर सालाला कृष्णा गाळ घेऊन येते, तो खाऊन इकडची जमीन रंगली आहे. दगड पेरला तरी उगवून यावा अशी! त्यामुळं जनावराला बारमाई वल्लं खायला मिळतं. कुरणाचं गवत, वरण्याचे वेल, मक्क्याचा हुरडा लागंल तेवढा खावा. त्यात एक-दोन मुठी शेवरी जनावरानं फोडली की दात आंबटचिच्च होऊन दावणीत येईल त्याचा फण्णा उडतो. त्यामुळं कृष्णेचं जनावर पुष्ट दिसतं. हत्तीच्या पिल्लागत एकेक बैल! गाई-म्हसरांच्या धारा काढायला बाई नेटकी लागते. अशा गाईला खोंड निपजतात तेही अंगानं तसेच. एक-दोन वर्षं चांगली निगा ठेवली की खोंड बघत राहावा असा होतो. कोण पाहिजे ते 'अण्णा' म्हणत येतात व सांगेल तेवढा भारोभार पैसा ओततात. चांगले खोंड देणारी गाय लाभली की मागच्या डुईचंसुद्धा रीण फिटतं आणि घर पुढं येतं...

अपान्ना खोतांचा सर्जा तर जसा काय भुईतनं उगवल्यागत दिसायचा! तो आता 'चौसा' झाला होता; पण 'जुळलेल्या' खोंडाला भारी दिसत होता. खोताची पहिल्यापासून निगाच तशी. एक सवतर थान सर्जाला सोडलेलं. सदा वल्लं खायचं आणि कुरणात उभं राहून गवताचा शेंडा मारत मोकळं हिंडायचं. काम नाही, धाम नाही, खायचं आणि रवंथ करायचं एवढंच काम. त्यामुळं सर्जानं अंग बेजान धरलं होतं. नुसत्या चिरमुऱ्याच्या बोदागत नव्हे. अंगलट नामी! खोंड बघत राहावा असा देखणा! गड्याची गर्दन कवळ्यात मावत नव्हती. एका बाजूला झुकलेल्या वशिंडाचा

रुबाब दांडगा! बेंबाट पोटाबरोबर. पोळीही तशीच. कशात डावा नव्हं. वाण कोसा. डोळे लालभडक. इंगळा फुलल्यागत आणि शिंगं कोचारी. हे बघून माणूस घाबरायचं. पुढं जायला दबकायचं. पण सर्जा जातीचा तिखट नव्हे. शिंग हलवायचा, पण आपलं उगंच! तसं जनावर सावध. अंगावर गोमाशी बसलेली खपायची नाही. कान आणि शेपटी सारखी हलवत राहायचा.

सर्जा असा दावणीला उभा असला आणि जनावरांची चाहूल लागली की मटा गमतीत यायचा. कुठं दाव्याला हिसके दे, शिंगांनी पायाखालची जमीन नांगर, समोरच्या खङ्क्याला धडका घाल – अशी मस्ती करायचा. सरळ उभं न राहता आडवा व्हायचा. पुढच्या गुडघ्यावर बोजा देऊन दावणीतली वैरण शिंगांनी फेकायचा. गुंगीत, धुंदीत, आपल्याच तारेत असल्यागत कुठंतरी रोखून बघत डिरक्या टाकायचा.

सर्जा अशी डिरकी टाकत उभा असला की त्याच्या मालकाची कळी खुलायची. तो मनात म्हणायचा – आता बाजार दावायला काय हरकत नाही. ह्यो गडी चांगले पैसे देऊन जानार!

...दुपारची भाकरी खाऊन खोत तंबाकू ओडत खोपीपुढं बसला होता. तोच सर्जा दाव्याला हिसके देऊ लागला. शिंगांनी वैरण फेकू लागला. तेव्हा कुणाचं जनावर आलंय हे बघावं म्हणून खोतानं सावट घेतली तर मांगाचा सरावण्या टाचा उडवत येताना दिसला. थेट खोपीकडंच तो वळला.

चिलीम भुईला लवंडत खोतानं विचारलं, ''काय सरावन्या, बरं येनं केलंस?''

''आलतू जराऽ मगदूमअण्णांच्याकडं; तवा आलू झालं तंबाकू खायाला.''

सरावण्या मांग म्हणजे हाडाचा हेडी! 'खोंड विकत घ्यायला आलोय.' असं पहिल्या झुटला कसं सांगेल? सदा वाकडी वाट.

खोतानं चंची सोडल्यावर तो त्याच्यापुढं बसला. कसल्यातरी विचारात पायाच्या आंठ्यानं भुई टोकरत. खोतानं पानं दिली आणि 'सुपारी काड गा असली तर' असं म्हटलं तेव्हा सरावण्यानं उगीचच आपला बटवा पाचवेळा चाचपला. बटव्यात सुपारी असून तो म्हणाला, ''न्हाई हा अण्णा सुपारी, काडा तुमचीच.'' मग खोताचीच तंबाकू खाऊन तो थुंकत बसला पावसापाण्याच्या गोष्टी काढल्या आणि कावळ्यागत एका डोळ्यांनं पाडा न्याहाळला.

हा मांगाचा सरावण्या म्हणजे हिकडचा एक प्रसिद्ध हेडी! दहा गावं फिरलेला. अनेक मुलखांचं पाणी प्यालेला. व्यापारात चलाखी दांडगी. ह्या बोटावरची थुंकी त्या बोटावर करायला त्याला वेळ लागत नसे. शेंबल्यात खेटरं बांधून भाकरीची शपथ घेणारा माणूस! गाभ नसलेली म्हस चार दिवस धार तटवून आणि 'इरनाला' शेकोटी देऊन गाभणी म्हणून विकायचा. कसायाला जनावर विकताना त्याचा जीव खालवर व्हायचा नाही. अशा या सरावण्यानं गेल्या बेंदरापासून खोंडावर नजर ठेवली होती.

खोत पैशाच्या अडचणीत गावलेला बघून खोंडावर टपून आला होता. बोलता बोलता त्यानं खडा टाकला, "काय अण्णा, खोंड इकायचा का पाळायचा?"

पैशाची ओढ होती. खोत म्हणाला, "ह्यो काय खायाचा जिन्नस हाय व्हय? ठेवायचा कशाला? पोरीचं लगीनबिगीन आलंय. ठेवून काय करू?"

"न्हवं, पाळनार असला तर म्हंतू!"

"आता काय, कमी हैती व्हय, तवा ह्यो एक पाळावा? आँ?"

"मग काय देतासा मला?"

"कुनालाबी द्याचाच, घे की."

सरावल्यानं बटवा सोडला. खोताच्या हातात पान देत म्हणाला, "मग काय सांगितलंय खोंडाला? एकच निच्चळ बोला बगू."

विचार करून करून खोतानं एक पिचकारी टाकली आणि मिशा सारख्या करत तो म्हणाला, "तूच कर की किंमत – काय सांगावं?"

"देनार तुमी, घेनार आमी. मी हो आण्णा काय सांगनार? म्या म्हंतो मस्त एक पैशाला द्या! देचीला?"

"अगा, तसं न्हवंऽ"

मग हे असंच बराच वेळ चाललं.. येरंडाच्या गुऱ्हाळागत. पान खाऊन बोलणं झालं. अखेरशेवटी खोतानं किंमत सांगून टाकली, "रुपयं चारशे आलंऽऽ तर खोंड द्याचा बग."

सोदा सरावण्या हसला. गुडघ्यावर हात ठेवून बटवा फिरवत राहिला आणि डोळे मिचकावून म्हणाला, "तुमचा पाडा सोनं हगतोय काय अण्णा?"

मग आणिक दोन घटका बोलणं झालं. घोळ घालून झाला आणि बोलून बोलून खोताला त्यानं आपल्या वाटेवर आणलं. दोघं उठून गावाकडं गेले. सरावण्यानं काय म्हऊ घातला देवाला ठाऊक! सौदा पटला. गावकामगारानं चिठी केली आणि दिवस बुडायला मांगानं खोंड दावणीचा सोडलासुद्धा!

नवा कासरा लावून तो सर्जाला ओढू लागला, पण सर्जा पाय रोवून तुंबून उभा होता. खुट्टा रोवल्यागत. सरावण्यानं कासरा जोरात ओढला तसा सर्जा आपली गर्दन झुकवून धडक घालण्याच्या पवित्र्यात रोखून उभा राहिला. खोंड आता अंगावर चाल करून येणार हे बघताच सरावण्यानं खांद्यावरचा चाबूक हातात घेतला आणि चाबकाची वादी सर्जाच्या अंगावर वीज कडाडावी तशी वाजली. त्यासरशी सर्जा वाकला. पाठीवर भोवरे उठले. आणि त्याच्या अंगावरची कोवळी मऊसूत, नाजूक रेशीम दुखावली गेली.

सर्जा सुसाट सुटला!

तो लांब गेला तशी त्याची आई हंबरली, पण सर्जा मागं वळून न बघता गुमान

पुढं चालला. कान चाबकाकडं लावून झपाट्यानं निघाला.

पुढं एक दिवस सरावण्या मांगानं खोंडाच्या नाकात दाभणानं भोक पाडून वेसण घातली. ह्या वेसणीनं सर्जा तेव्हाच मऊ आला. हत्तीसारखं जनावर, पण वेसणीला हात लागला, की मॅव मांजर बनायचं. मग हळूहळू त्यानं खोंडाला औताची सवय केली. मोट आणि गाडी आता सर्जा ओढू लागला. मनापासून नव्हे, पण चाबकाच्या भीतीनं आणि वेसणीच्या ओढीनं तो हे सगळं करायचा. त्याचा कोवळा खांदा दुखायचा. हनपटीच्या आणि वेसणीच्या ओढीनं नाकाड ठणकायचं; पण इलाज नव्हता. केल्याशिवाय गत्यंतर नव्हतं. ह्यातनं सुटका नव्हती. समोरून भर्रर असा आवाज करत येणारी मोटार दिसली, की जोडीचा बैल आणि गाडी गुंडाळून घेऊन बगलेनं पळत सुटावसं त्याला वाटायचं; पण वेसणीची ओढ अशी लागायची; की फो-फो करत अंगावर येणाऱ्या इंजनासमोरसुद्धा थरथरत, लटलटत, अंग दुमडून घेऊन बिचारा उभा राहायचा!

होता होता सर्जा औतकामात चांगला तयार झाला. मग सरावण्या त्याला बाजार दाखवू लागला. एक हौशी गिऱ्हाईक भेटलं. सरावण्याला भारोभार पैसा आला आणि कोसा रंगाचा, कोचारी शिंगांचा, हातभर चढलेल्या वशिंडाचा रुबाबदार खोंड आपलं गाव सोडून, खोताची मळी सोडून, आपल्या म्हाताऱ्या आईला सोडून लांब गेला... लांब...

त्या गावाला नदी नव्हती, मळी नव्हती, पण विहिरी होत्या, मळे होते. त्या गावच्या पाटलानं सर्जाला विकत घेतलं होतं. पाटील मोठा आटालेदार मळकरी होता. कुणबिक चांगली होती. ऊस, पानमळा, हळद मळ्यात पिकत होती. आणि ही सारी पिकं पाणी प्यायची ती एका साठ हात खोल विहिरीचं! खाली बघताना डोळे फिरायचे! अशा विहिरीची मोट ओढायला बैल नेटका लागायचा. म्हणूनच पाटलानी पैशाकडं न बघता सर्जाला विकत घेतलं होतं.

त्या साठ हात धावेवर सर्जाची मोट सुरू झाली. त्याचा खांदा घटू लागला. मोटेचं शिवाळ जड वाटेनासं झालं. चाक कुईकुई करू लागलं, की सर्जा खाली मान घालून असा झपाट्यानं धावायचा, की चाकपटातनं विस्तू पडावा!

सर्जावर पाटलांची मर्जी बसली. कोळती, गहू, हुलगी यांचा भरडा सुरू झाला. सरावण्या मांगाच्या दाढेत त्याचं झडलेलं अंग परत भरू लागलं. वाढत्या वयाबरोबर अंग आणखी वाढलं. शिंगं चांगली दीड हात भरू लागली. चंबूभर पाणी राहील अशी पाठीवर पन्हाळी पडली. वशिंड आणखी थोडं कललं.

पाटलांच्या धावेवर आंब्याची डेरेदार झाडं होती. त्यांच्या सावलीत सर्जा सुखी होता. वर्ष सहा महिन्यांत तो तिथं रमून गेला; अंगातली रग आणखी वाढली. पाणी प्यायला जनावरं धावेवर आली, की सर्जा तर्काटायचा. समोरच्या खुट्याला धडका

घालायचा, दावणीतली वैरण शिंगांनी फेकायचा आणि सदा गुंगीत, धुंदीत, आपल्याच तारेत असल्यागत डिरक्या टाकायचा. खोल विहिरीतल्या पाण्याचा आवाज घुमावा तशा.

हे तर्काटणं आणि त्याच्या अंगातलं पिसं बघून एक दिवस सर्जाची खच्ची करण्यात आली. फोडला तेव्हा सर्जा तोंड पसरून हंबरला. त्या दिवसापासून त्याची डिरकी म्हणून कधी फुटली नाही. ती डिरकी, त्याची ती मस्ती, त्याची नसांत न मावणारी ती रग एक दिवस मुसळावर अस्तीनं ठेचून टाकली... कायमची जिरवून सोडली.

पुढं वर्षानं सर्जा ओळखू येईनासा झाला. अंग दुपटीनं वाढलं. रंग बेळंकीगत पांढराशुभ्र दिसू लागला. त्याच्या अंगातल्या सगळ्या नारदकळ्या नाहीशा झाल्या. खाल्लेलं अंगाला लागू लागलं. मन लावून सर्जा वैरण खाऊ लागला. डोळे झाकून रवंथ करत शांत मनानं बसू लागला.

धावेवरच्या डेरेदार आंब्याच्या सावलीत, पाटलांच्या मरजीत, सर्जा बैलाची दहा वर्षं तशी चांगली गेली. दोन वेळा मोट ओढायची, उन्हाळ्यात नांगरट करायची, मृगात पेरणी करायची, कुळवकाठी हाणायची, मळणी करायची, ऊस गाळायचा अशी खंडीभर कामं तो वर्षानुवर्षं करत आला. कधी टाचकं पडलं नव्हतं. पावसाळ्यात हिरवं गवत, बाटूक मिळत होतं. उन्हाळ्यात कडवाळ आणि भरडा मिळायचा. कधीकधी पाटील हौसेनं तेलअंडी पाजायचा. सर्जाला एवढं सुख पुरे होतं. पाटलाच्या मळ्यातल्या धावेवरच्या डेरेदारआंब्याखाली सर्जा आनंदात होता – सुखात होता.

आणि मग एक दिवस पाटलांच्या मळ्यातली मोट बंद झाली. सर्जा बसून राहिला. सुखाच्या गादीवर लोळत राहिला.

आणि साठ हात खोल विहिरीतून एक मजेदार आवाज सर्जाच्या कानावर रोज येऊ लागला. सकाळ-संध्याकाळ विहिरीवर मोटेचं चाक कुंई कुंई वाजायचं. ते गोड गीत थांबलं. ज्या तालावर विहिरीतली पारवाळ घुमायची ते घुमणं त्या तालावर ऐकायला येईनासं झालं आणि एक पिस्टनचं इंजन 'पुक् पुक्' करू लागलं. धावेवर एक भलामोठा पाण्याचा मुसंडा आपोआप सुरू झाला. विहिरीच्या काठाला पत्र्याच्या शेडवर टांगून ठेवलेलं काळं लोटकं 'पुक् पुक्' करू लागलं की, सर्जा कान टवकारून त्याच्याकडे बघत उभा रहायचा.

मोट संपली; पण पाटील दर आठवड्याला त्याला गाडीला जोडू लागले. बाजार फिरू लागले आणि एक दिवस पाटलांच्या मळ्यातल्या धावेवरच्या आंब्याखाली, दावणीला हत्तीगत झुलणारा सर्जा बैल दिसेनासा झाला. सर्जाशिवाय ती दावण कळा खाऊ लागली. गेली दहा वर्षं पाणी पिणारा तो पानमळा, ऊसाचं रान, ती विहीर, ती मोट, तो नाडा आणि सर्जाच्या पायांनी तुडवून मळलेली ती पन्नास-साठ

हात लांब धाव सर्जाशिवाय पोरकी दिसू लागली. ह्या सगळ्यांचा सोबती सर्जा गेला. त्याच्या आठवणी तेवढ्या तिथं राहिल्या...

शहरातल्या एका हमालानं सर्जाला विकत घेतलं होतं. इळानइळ त्याचा मालक त्याला गाडीला जोडायचा. विकत घेऊन मूठभर खायला घालायचा-देवाला निवद दाखवल्यागत आणि कामं करून घ्यायचा, चांगली राड पडेपर्यंत! शहरातल्या डांबरी किंवा खडकाळ रस्त्यांवर उन्हातान्हात सर्जा गाडी ओढायचा, स्टेशनवरचा माल आणायचा, स्टँडवरची हमाली करायची, कुणाचं बिऱ्हाड उचलायचं, कुठल्यातरी बांधकामासाठी दगड ओढायचे, ओढ्याची वाळू आणायची, चुना मळायचा अशी हजार कामं त्याचा मालक धरायचा. कृष्णेच्या कुशीत जन्माला आलेला सर्जा, आईचं एक सवतर थान पिऊन वाढलेला सर्जा, पोटाला कमी पडू लागलं म्हणून ठकू लागला....

चार सालं सर्जानं अशी काढली. बैल कळा खाऊ लागला. दांडगी इमारत पोटाकडून ढासळू लागली. कवळ्यात न मावणारी गर्दन झडली. हातभर वाढलेलं वशिंडं खंगलं. फऱ्याचं मांस वाळलं आणि अंगाची रेशीम पोत्यागत झाली. हात-हातभर हाडं अंगावर दिसू लागली. सर्जा हाडं हागू लागला आणि हमालाचा संसार बरा चालला...

ह्या कामानं सर्जा मेटाकुटीला आला. त्याचे पाय तळावले. फड्याच्या बोंडागत डोळे सदा लाल दिसू लागले... कचकचू लागले. पिचपिचू लागले. खांद्याला ओढ लागू लागली. पाय ठेचाळू लागले. तोंडाला फेस येऊ लागला. अंगावर गोमाशा बसू लागल्या. गोचड्यांनी अंग धरलं. तांबवा चिकटल्या आणि लूत भरलेल्या कुत्र्यागत सर्जा रोडावला आणि त्याचा मालक दात खात अंगावर चाबूक फोडू लागला. कातडीचं ताटुक फाटू लागलं. अंगातली हाडं दुखू लागली...

असाच आणिक एक उन्हाळा गेला, पावसाळा आला. बैल आत आत येऊ लागला. नाव नाव त्याची ध्याई झिजत राहिली. त्यातच कामानं खांदा आला. आंब्याएवढ्या गाठी झाल्या... त्या दुखू लागल्या... पण गाडी सुरूच होती. डांबरी रस्त्यावरून सर्जाचे पाय घसरत होते. अंग आपटत होतं. खडकाळ रस्त्यावर पाय ठेचाळत होते, नख्या दुखत होत्या. खांदा अवघडत होता, गाठी ठसठसत होत्या – ह्या आपल्या दुःखात सर्जा मग्न असायचा. मोटारीला, टांग्याला, छत्रीला न बुजता गाडी ओढायचा. भर्रर असा आवाज करत इंजन अंगावर येई; पण सर्जा दबकत नव्हता, पळत नव्हता. त्याचा आपला रामठेका सुरूच असायचा. त्याच्या डोळ्यांतल्या लाल इंगळ्यांना आता कुणी भीत नव्हतं, त्याच्या कोचारी शिंगांची कुणी दखल घेत नव्हतं. शहरातले सायकलवाले, छत्रीवाले त्याला घासून जायचे. उंच टाचांच्या नाजूक नटव्या बाया त्याच्यापुढून मिरवत जायच्या.

कुणाला त्याची तमा नव्हती. कुणाच्या तो खिसगणतीत नव्हता. होता होता त्याचा खांदा सुजून बंब झाला. आंब्याएवढ्या गाठी नारळाएवढ्या झाल्या. त्या दुखू लागल्या, ठसठसू लागल्या, फुटू लागल्या... नासकं पाणी गळू लागलं. नशिबानं त्याची झडती घेतली. बैल खत घालणार असं वाटू लागलं. दिवस आणि रात्रीचे उंदीर त्याच्या आयुष्याची दोरी कुरतडू लागले...

आता वय झालं होतं. अंगातला ताण गेला होता, ताकद सरली होती. त्यात दुखण्यानं त्याला वेढलं होतं. आता कष्ट निभत नव्हते. राबवणूक सोसत नव्हती. चालताना पाय उचलत नव्हते. त्यात नेट राहिला नव्हता. गुडघे मोडून येत होते. फरे थरथरत होती. ओझ्यानं ऊर फुटंत होता. कडं गाठली जात नव्हती. गाडी ओढता ओढता मध्येच तो भेंडाळून जाई आणि फासाला लटकल्यागत मान टांगती ठेवून तो बसून राही.

तो असा बसताच चाबूक कडाडे... वादी पिंजून जाई, तुटून जाई. निबार कातडीवर वळ उठत. दवबिंदूगत रक्ताचे थेंब अंगावर थरथरत उभे राहत. कोयंड्याची काठी चिंबून, एकेक कुंडं मनगटाएवढा उठे; पण सर्जा जागचा हलत नसे. मग त्याचा मालक संची सोडून त्यातून चिमूटभर तंबाकू बाहेर काढी आणि त्या कडक तंबाकूची पूड त्याच्या डोळ्यांत घातली जाई.

हे बघून लोक त्याला 'बशा' म्हणायचे. बशा बैल म्हणून सर्जाचं नाव बद्दू झालं. म्हातारपणी त्याच्या नशिबी बोल आला. त्याच्या गुणाला बट्टा लागला....

...मृगाचा पाऊस सुरू झाला आणि सर्जाचं हाल कुत्र खाईनासं झालं. म्हशीपुढची काढलेली चिपाडं, शेणामुतात भिजलेला गदाळा त्याच्या वाट्याला येऊ लागला. पोट जाळायला तो तेसुद्धा खायचा–हपापून अपरूबाईनं खायचा. पण त्याच्या पोटाची खळगी भरली नाहीत. आतडी रिकामी राहिली. त्यात कामानं त्याची झडती घेतली आणि आता बसलं तर उठता येईना आणि उठलं तर बसता येईना अशी त्याची दशा झाली.

आणि एक दिवस बैल विकायचा हे कळल्यावर एका हेड्याबरोबर सरावण्या मांग टाचा उडवत सर्जाच्या मालकाकडं आला.

सरावण्यानं बैल बघितला, पण त्याला सर्जाची ओळख लागली नाही. त्याचे लालभडक इंगळ्यागत डोळे आता पिचपिचले होते. अंग खारकेगत वाळलं होतं. मानेचं मांदं झडलं होतं. खांद्यातून पू, रक्त गळत होतं. त्यावर माशा घोंगावत होत्या. वशिंड वाळून खुरटलं होतं. पाठीची पन्हाळी जाऊन कणा वर आला होता. वेडाविद्रा सांगाडा तेवढा मागं राहिला होता. खोताच्या मळीतला सर्जा दिसत नव्हता. त्याच्या कोचारी शिगांना दोन शेंबडी पोरं झोंबकळत होती. कावळे येऊन त्याच्या तोंडावर, पाठीवर बसत होते. चोची मारून उडत होते...

सौदा पटला. पैसे मोजले गेले आणि सरावण्यानं बैल आपल्या गावाकडं नेला. पण त्याला आपल्या गावाची ओळख लागली नाही... ओळखदेख ठेवण्या- इतकीसुद्धा त्याच्यात आता शक्ती राहिली नव्हती.

एक दिवस पावसानं जोर केला. दिवसभर पाऊस कुडिपलाच कुडिपला! रात्री गार वारं सुटलं. पाणी सर्जाच्या पायात आलं. अंग काकडत होतं. गावाचा ओढा वाजत होता नदी फुगत होती. बेडक्या ओरडत होत्या. रातकिड्यांनी सूर धरला होता. आणि निम्मी अर्धी रात्र सरल्यावर थंडीचा कडाका पडला. एक गार वाऱ्याची लाट आली आणि सर्जा काकडता काकडता उभ्यानं खाली ढासळला. दावणीत मान टाकून तो एकदा हंबरला आणि मग त्याचे पाय ताठ झाले. डोळे बाजूला सरले. सर्जा सुटला! त्याच्यामागं लागलेलं कष्टाचं भूत गेलं – कायमचं गेलं!

सर्जा ढासळला. त्याचा आवाज ऐकून सरावण्या दार उघडून बाहेर आला. त्याच्याकडं बघत तो रिंदिसा होऊन उभा राहिला. त्याला वाईट वाटलं तो पिळवटून म्हणाला, "आरं, तुझ्या ऽ ऽ आयला! केलास घोटाळा! उद्या वांद्र्याला जाऊन मरत होतास तर चार पैसे मला मिळाले नसते? जातीचा बैलच खोटा!"

■

जोडणी

आर देऊन रंगवलेला फेटा शिवानं तीनदा मोडला आणि तीनदा गुंडाळला. शेवटी एकदा मनाजोगी कोर आली. दिवळीत ठेवलेल्या फणेरपेटीत तीनतीनदा त्यानं वाकून बघितलं. बोटं खुपसून कोर नीट साधली. चहूबाजूंनी फेटा चाचपून बघितला. फेटा झकास जमला होता. स्वत:वर तो खूष झाला आणि पाठीवर शेमला टाकून तो बाहेर पडला.

शिवा बाहेर पडला, पण अंगणातच त्याचे पाय घुटमळले. अजून दिवस मावळला नव्हता. मावळतीकडं बघत तो थोडा वेळ उभा राहिला आणि पुन्हा आत आला. पाठीवरचा शेमला छातीवर घेऊन तो विचार करत सोप्यालाच उभा राहिला. उभा राहून कंटाळला तसा तो खाली बसला. मागं भिंतीला लागून फेटा मोडूने ह्या काळजीनं तो जरा भिंत सोडून लांबच बसला. वेळ जावा म्हणून चंची काढली. पान-तंबाकूचा सारा सराजमा त्यानं मांडून ठेवला. मांडीवरच्या धोतरानं पानं सावकाश पुसून घेतली. देठ खुडले व बाहेर बघत त्यानं पानाला चुना लावला. अंगठ्याच्या नखानं कात टोकरून तोंडात टाकला, रवंथ केल्यागत तो सावकाश पान चघळू लागला. मध्येच त्यानं चोच बाहेर काढली आणि मान वाकवून ती नीट न्याहाळली. मनासारखी चोच रंगली नव्हती. चंचीत कोंबलेला काताचा खडा त्यानं पुन्हा बाहेर काढला. नखानं टोकरून तुकडा काढला. चांगला तुरीच्या डाळीएवढा कात त्यानं तोंडात टाकला. पान चावून झालं. रस गिळून झाला. अंगठ्यानं तंबाकू चोळत शिवानं बाहेर बघितलं. दिवस मावळला होता. चोळलेली तंबाकू टाकून त्यानं हात झाडले. छातीवरचा शेमला चाचपत तो उभा राहिला. तसाच तो उठून दाराशी आला आणि अकारण छातीच धडधडू लागली. पाय टाकायच्या ऐवजी दारातनंच एक पिचकारी टाकून तो मागे वळला. सोप्यातच येरझारा घालू लागला. हवा कोंडल्यागत गदमदू लागलं. शिवानं सदऱ्याच्या गुंड्या सोडल्या आणि पंख्यानं वारा घ्यावा तसा

तो एका हातानं शेमला हलवू लागला. छातीला वारं लागून जरा हुशारी आली. पायातही बळ आलं. उभं राहून त्यानं एकदा निकराचा विचार केला आणि उंबरा ओलांडून तो बाहेर पडला.

सरळ पेठेतनं जायच्या ऐवजी तो मागच्या गल्लीनं निघाला. मुद्दाम लांबची वाट काढून चालला. चांगला अंधार पडेपर्यंत तो वळसा घालत राहिला आणि आता वेळ लावता कामा नये असा विचार करून तो आपल्या वाटेकऱ्याच्या घराकडं निघाला.

धडधडत्या छातीनं तो घराजवळ आला. गुडघ्यात मान घालून तुकाचा म्हातारा बाहेर अंगणात बसला होता. उतारवयानं त्याची मान हलत होती आणि आजारपणानं कातडी पिवळी पडली होती. शिवा जवळ आला तरी त्याला ओळखू आलं नाही. एकवार आत बघून शिवानंच विचारलं, "काय काका, भाईर अंगणात बसलाय?"

"कोण ते?" असं म्हणत म्हाताऱ्यानं मान वर उचलली आणि शिवाला बघून म्हातारा गडबडीनं रामराम घालून म्हणाला, "मालक, बगितलंच न्हाई की मी! का येनं केलं?" असं म्हणून त्यानं मान मागं वळवली आणि आपल्या सुनेला हाक मारून म्हटलं, "चंद्रे, अग मालक आल्यात, घोंगडं टाक आत बसायला आनि अजून दिवा लावला न्हाईस, व्हय गं!"

हाकेसरशी चंद्रा सबागती बाहेर दारापर्यंत आली आणि समोर शिवाला बघून धसक्यानं मागं वळली. घाईघाईनं पदर सावरून ऊर झाकला आणि पुन्हा सामने जात ती म्हणाली, "या, आत या की."

दारातच उभा राहून त्यानं विचारलं, "तुका न्हाई आला अजून?"

घोंगडं पसरत ती बोलली, "अजून न्हाई आलं."

"अजून कसा न्हाई आला?" असं म्हणत तो तिथंच घुटमळला. तसा म्हातारा बोलला, "मोट धरलीय न्हवं आज? ईल. बसा की."

ऊसाला पाणी धरलं होतं हे त्याला माहीत होतं. त्याला मोट सोडून यायला थोडा उशीर होणार हे मनात धरूनच तो मुद्दाम आला होता. चंद्रानं घोंगडं पसरलं. तसा शिवा पायांतल्या व्हाणा काढून आत गेला आणि भिंतीला टेकून सप्पय बसला. म्हाताराही उठून दाराच्या तोंडाला आला. काडी ओढून चंद्रानं चिमणी लावली आणि वाऱ्याच्या आडाला लांब दिवळीत ठेवली. दिवा लावून झाला तशी ती बाहेर आली. म्हाताऱ्याच्या हातावर पैसे ठेवून म्हणाली, "च्याचा एक पुडा आना. तवर मी चूल पेटीवते."

काठीवर भार देत म्हातारा उभा राहिला. शिवाकडं वळून म्हणाला, "बसा, च्या घेऊन जावा."

"कशाला च्या आता काका?"

"असं कसं बरं मालक? काय रोज येता व्हय तुमी?"

दाराच्या चौकटीजवळ उभी राहून चंद्रा बोलली, "त्याला काय लई उसाभार पडतीया व्हय?"

"आनि तवर तुकाबी ईल. बसा, आलो मी." असं म्हणत म्हातारा वळला. काठी टेकत सावकाश निघाला. पेठेतनं जाऊन पावलं मोजत यायला बक्कळ घटकाभर तरी लागणार असा विचार शिवाच्या मनात आला आणि त्याची नजर भिरभिरू लागली. बसल्याजागी पाय अवघडून आले. तो उठून उभा राहिला. हातात शेमला धरून तो आतल्या दाराच्या चौकटीजवळ गेला.

चंद्रा चुलीपुढं खाली वाकून निखाऱ्यावर फुंकर घालत होती. तिच्या पाठमोऱ्या ठुसक्या बांध्याकडं बघत तो चौकटीजवळ उभा राहिला. एक आवंढा गिळून म्हणाला, "चंद्रा..."

गडबडीनं पदर सावरून तिनं मागं बघितलं. शिवा नजर रोखून बघत होता.

चंद्राचा जीव धपापून गेला. तिच्या हातात कापरा भरला आणि चिपाडांच्या चिमटीत धरलेला निखारा अवचित खाली पडला. तिला काही सुधरेनाच झालं.चंद्रा भांबावून गेली. ऐन्यातलं किरण डोळ्यांत घुसावं तशी त्याची नजर रोखली होती. हातांतली चिपाडं खाली टाकून ती तशीच उठून उभी राहिली. धपापून गेलेला ऊर खालीवर होत होता. तोंडावर आलेल्या केसांच्या बटा मागं कानांवर गुंतवत एक श्वास गिळून ती म्हणाली, "भाईर बसा की."

हातातला शेमला कुसकरत तो बोलला, "तिन्हीसांज भिरली तरी अजून कसा तुकाचा पत्त्या न्हाई?" शिवाच्या शब्दांतही कापरा भरला होता.

वर न बघता खाली बघतच तीही तोंडातल्या तोंडात म्हणाली, "कवा येत्यात कुनाला दक्कल."

"त्याचा काय नेम न्हाई म्हन."

शिवाचा आवाज थोडा मोकळा झाला; तशी तीही थोडकी धीट झाली आणि वर बघत म्हणाली, "काय लई जरूरीचं काम हाय? काय निरोप हाय का?"

शिवा चौकट सोडून जरा मागं वळला. भिंतीच्या आडाला गेला आणि श्वास घेऊन मोकळ्या आवाजात बोलू लागला, "तसं काय लई तातडीचं काम न्हाई खरं; पर भेट झाली असती तर बरं झालं असतं."

चुलीजवळच्या बंदिस्त जागेतनं ती बाहेर आली आणि चौकटीच्या आडाला उभी राहून म्हणाली, "का आलता म्हणून सांगायचं?"

"काय न्हाई, उद्याला खालच्या पट्टीत कुळव धरायचा हाय त्याच्या जोडणीबद्दल जरा बोलायचं होतं."

आतनंच तिनं विचारलं, "मग काय सांगू त्यास्नी?"

शिवा मनाशी जुळणी करत बोलू लागला, "उद्या कुळव हाय, पर बैलाचा जरा

घोटाळा झालाय. एक बैल आमच्या काकाला उद्या लागंलं ते कुटं जाणार हैत म्हनं. त्यास्नी न्हाई तरी कसं म्हनायचं? तवा आपल्यालाच काय तरी निराळी जोडनी कराय पायजे.''

तो बोलायचा थांबला तशी ती म्हणाली, ''सांगते त्यास्नी.''

''व्हय, आल्या आल्या सांग म्हनजे मग काय तरी करंल तरी. ऐत्या येळंला आनि घोटाळा नको. कुळव उद्या मारायलाच पायजे.''

बोलणं थांबलं. शेमल्यानं त्यानं तोंडावरचा घाम पुसला. पण पाय काही घरातनं निघेना झाला. मान वळवून त्यानं आत चौकटीकडं बघितलं. अवघडल्यागत चंद्रा खाली बघत उभी होती. तो थोडं पुढं गेला आणि म्हणाला, ''सांग एवडं.''

तिनं वर बघितलं आणि मुकाट्यानं त्यानं पाठ फिरवली. तो तसाच दारापर्यंत गेला. न राहवून ती बोलली, ''निगाला व्हय?''

''मग काय करू तर?''

''बसा की. च्या घेऊन जावा. आत्ता ईल म्हातारा.''

तिच्या बोलण्यातली भीड त्याला कळली. तो न बोलताच उभा राहिला. मागं वळून चंद्राकडं बघत राहिला, तशी ती थोडी आडाला झाली आणि शिवा हसून बोलला, ''तुकानं मला कवा सांगितलं न्हाई.''

''काय ते?''

तो जवळ येत बोलला, ''मक्क्याचं बी घरात हाय हे. ब्याची कनसं न्हवं ही?'' त्यानं वर टांगलेल्या कणसांच्या जुडीकडं बोट करून विचारलं आणि ती वर तुळीकडं बघून म्हणाली, ''व्हय, ब्यासाठीच ठेवल्यात की.''

''चांगली दिसत्यात कनसं. बगू, घे खाली.'' ती पाठमोरी झाली आणि एक हात आधारासाठी बाजूच्या भिंतीला लावून ती ज्वारीच्या पोत्यावर पाय देऊन उभी राहिली. जुडी खाली घ्यायला तिनं दुसरा हात वर केला. मानही वर उचलली; डोक्यावरचा पदर खाली गळला आणि शिवाला राहवलं नाही. साचून आलेली त्याची इच्छा उसळी खाऊन एकाएकी वर आली. त्याला भान राहिलं नाही तो चौकटीतनं आत घुसला आणि अवचित तिच्या मागं जाऊन उभा राहिला. चंद्रा तोल सावरून एका हातात कणसांची जुडी घेऊन खाली उतरत होती. त्यानं सारासार विचार सोडला आणि तिच्या गोऱ्या उघड्या पाठीवर हाताचा पंजा ठेवून तो म्हणाला, ''पडशील – पडशील–''

पिकलेलं फळ देठांत तुटावं तशी ती खाली आली. आपल्या अंगावरचे त्याचे हात झिडकारत ती रागानं बोलली, ''लांब हो भाड्या!''

बळजबरीनं तिला जवळ दाबून धरीत तो म्हणाला, ''चंद्रे ऽऽ – शिव्या देतीस?''

''तुझं मडं बशिवलंऽऽ –''

"व्हय, मग म्हाताऱ्याला का भाईर धाडलंस?"

त्याच्या हाताची मिठी सुटेना तशी ती रंजीस आली. हुंदके देत बोलली, "असं हैसा म्हाईत नव्हतं, सोडा मला... सोडा म्हंते न्हवं?"

तोंडाजवळ तोंड नेत त्यानं विचारलं, "व्हय, रानात का येत न्हाईस?"

"शप्पथ हाय तुमाला – शप्पथ –"

ती मुसमुसून रडू लागली आणि तिला छातीशी घट्ट आवळून तो म्हणाला, "माझा खोबरी आंबा हैस तू! खुळा झालोय बग मी – खुळा –"

शिवाला कसलंच भान राहिलं नव्हतं आणि एकाएकी दारात काठी वाजली. आणि म्हाताऱ्याचा पाठोपाठ आवाज आला, "काय हे? ...काय हे?"

शिवा भानावर आला. चंद्राला बाजूला ढकलून त्यानं परड्याच्या अंगानं ढेंग टाकली. दोन ढेंगांतच तो परड्यात आला. मागं न बघताच पुढं पळत सुटला दगडाधोंड्यांना ठेचाळत बेभान होऊन वाट शोधू लागला. परड्यातल्या उकिरड्यावरनं चालत तो पलीकडं गेला आणि रस्त्याला लागला.

घर लांब राहिलं तरी त्याची छाती धडधडू लागली. अंगाला दरदरून घाम सुटला. म्हाताऱ्यानं सारा प्रकार डोळ्यानं बघितला होता. त्याच्या काळजानं ठावच सोडला. दे माय धरणी ठाय अशातली गत होऊन गेली. मागं बघून तो पुढं चालू लागला. त्याला एक म्हणता हजार आठवू लागलं आणि जीव रडकुंडीस आला.

काळोख पडला होता. लोक रानातनं परतत होते. त्यांची तोंडं चुकवत शिवा घाईनं चालला होता. कधी घरी जाईन असं त्याला झालं होतं. चार भिंतींच्या आत दार लावून एखाद्या सुरक्षित जागी स्वत:ला कोंडून घ्यावंसं त्याला वाटत होतं. हमरस्ता सोडून तो गल्लीबोळातनं भराभर पाय उचलत निघाला. मान वर न करता खाली बघूनच चालला.

छे! आगळीक झाली! लज्जेनं तो खजील झाला. सारं गाव आपल्याकडं बघून हसतंय असं त्याला वाटू लागलं. 'छी! थू!' म्हणून लोकांनी हिणवावं, अंगावर थुंकावं असंच घडलं होतं. वर बघायला त्याला तोंड राहिलं नव्हतं.

घामाघूम झालेला शिवा जीव घेऊन सुरक्षित घरी आला. चोरासारखा गुमान आत शिरला. त्याचं मनच त्याला खाऊ लागलं. सोप्यात टांगलेल्या कंदिलाची वात त्यानं उगीचच बारीक केली; पण दार उघडं होतं. त्या उघड्या दाराकडं बघून त्याच्या मनाला खिंडार पडलं. कुठं दडावं कळंना झालं. तिन्ही सांजेचं दार तरी कसं झाकावं? घरात लक्ष्मी यायची वेळ ही. त्या उघड्या दाराकडं बघत तो कोपऱ्यात बसून राहिला.

सोप्याला उजेड कमी दिसून त्याची आई आतनं बाहेर आली आणि कंदिलाजवळ येत म्हणाली, "उजेड का कमी झालाय?"

जवळ जाऊन तिनं कंदिलाची वात वर केली. सोप्यातला प्रकाश झगझगू लागला तसा डोळ्यांवर आडवा हात घेत शिवा बोलला, "दिवा कमी कर... उजेड म्हनायचा काय सोंग!"

"तू कवा आलायस रं?" असं बोलून आई जवळ गेली; पण शिवा न बोलता गपच बसून राहिला. एवढ्यात बाहेर कसलातरी आवाज झाला आणि शिवा थरथरला. "कोन बग." असं आईला म्हणून तो घाईनं आत मधघरात गेला. एक प्रकारची त्याला भीतीच वाटू लागली. चहू बाजूंनी पारध्यांनी घेरावं तशी त्याची अवस्था झाली.

सोप्यातनं आई त्याच्या पाठीमागनं आत मधघरात गेली. त्याच्याजवळ जाऊन उभी राहिली, तसा तो खेकसला, "तू का माझ्या मागं मागं लागलीयास? जा, गुमान आत सैपाक कर जा."

पोरगं अकारणच असं ओरडलं ह्याचं तिला कोडं पडलं आणि त्याचं तोंड न्याहळत ती म्हणाली, "असं रं का शिवा?"

डोळे वटारून तो गुरगुरला, "काय बगतीस माझ्या तोंडाकडं?"

त्याच्या हनुवाटीला मायेनं कुरवाळत ती बोलली, "पिल्ल्या माझ्या, तोंड का असं सुमारलंय रं तुझं?"

एखाद्यानं अंगावरचे सगळे कपडे काढून नागवावं तशी त्याला लाज वाटली. त्याला मेल्याहून मेल्यापलीकडं झालं. न बोलताच मधघरातल्या अंधारात तो एकटा बसून राहिला. आईही आत आपल्या उद्योगाला लागली. बाहेर कसला तरी आवाज झाला आणि शिवा हडबडून गेला. कुणीतरी येऊन सोप्याला उभं राहिलंय असं त्याला वाटलं. कानोसा घ्यायलाही त्याचं मन धजेना झालं. छातीतली धडधड त्याला ऐकायला येऊ लागली. जिवाची आशा सोडून तो बघत राहिला आणि एक कुत्रं शेपटी हलवत बेधडक सोप्यातनं आत शिरलं. शिवानं श्वास टाकला. मनावरनं ओझं उतरलं गेलं. पण मधघरात येऊन उभ्या राहिलेल्या त्या कुत्र्याला हाड हाड म्हणून त्यानं हाकललं नाही.

धीर करून तो उठला. शिडी चढून माळ्यावर गेला. खंडेनवमीची पूजा झाल्यावर पुन्हा वर माळ्यावर ठेवलेली फरशी त्यानं हातात घेतली. फरशी चांगली धारदार आणि वीतभर लांब होती. ते फळ त्यानं दांड्याला लावलं. त्याला थोडा धीर आला. हातात फरशी कुऱ्हाड घेऊन तो खाली उतरला. रातीइरेचं बाहेर पडताना आपलं हत्यार जवळ असलेलं बरं असा विचार करून त्यानं फरशी घोंगड्यात लपवली आणि तो तिथंच शेजारी बसून राहिला.

भाकरी थापून झाल्यावर आई बाहेर आली. गप बसलेल्या आपल्या पोराला बघून म्हणाली, "म्हवनी घातल्यागत मगाधरनं असा गपच का बसून ऱ्हायलाईस?"

"तर काय करू म्हंतीस?"

त्याची मघाची भीती कमी झाली होती. तो बोलू लागला होता. आई म्हणाली, "अरं, गडद बसलाईस काय? गोठ्यात जाऊन कडबा तरी तोड जा. रातचं जनावरांस्नी काय घालायचं?"

शिवा उठला आणि कडबा तोडायला परड्याच्या अंगानं गोठ्यात गेला. कडब्याच्या चार-पाच पेंड्या उपसून खाली टाकल्या. बाजूला ठेवलेला लाकडाचा ओंडका हातानं चाचपून जवळ घेतला. एक पेंडी आडवी लाकडावर टाकली आणि एका हातानं पेंडी धरून दुसऱ्या हातानं तो कुऱ्हाड घालू लागला. कडबाच तुटत नव्हत. हातातलं बळच गेल्यागत झालं होत.काही केल्या अवसान येत नव्हतं. हात नुसता उगा खाली-वर होत होता. कडबा तोडायचा सोडून तो विचार करत बसून राहिला.

थोड्या वेळानं हातात कंदिल घेऊन आई गोठ्यात आली आणि तो भानावर आला. मागं वळून उजेडाकडं बघत राहिला. तशी आई बोलली, "अंधारातच कडबा तोडाय लागलाईस? अरं, कुटं तरी बोटंबिटं तोडून घेशील की!"

हातातली कुऱ्हाड खाली ठेवून तो म्हणाला, "आई, मला एकाएकी आज सोनाक्काची आठवण झालीया बग. काय सुदरंना झालंय."

"चल हो बाजूला." असं म्हणून तिनं कंदील खाली ठेवला. बाजूला पडलेली कुऱ्हाड हातात घेतली आणि पुढं बघून तीच कडबा तोडू लागली. कडबा तोडून झाला आणि माघारी फिरत ती बोलली, "भनीची का आटवन झालीया तुला आज? तरीच असा काराय लागलाईस व्हय मगाधरनं?"

आईच्या पाठोपाठ तो घरात आला आणि जेवायला बसल्यावर म्हणाला, "घासच गिळंना बग."

"घास न गिळायला काय झालं? जेव मुकाट्यानं."

कशी तरी अर्धीकोर भाकरी त्यानं खाल्ली आणि पाण्यानं घसा ओला करत तो म्हणाला, "जाऊन येऊ का चार दिवस?"

"कुटं, भनीकडं?"

"व्हय. जाऊन यावंसं वाटतंय. एक दोन-चार दिवस ऱ्हाऊन येतो."

"आनि हिकडं मी एकटी कसं करू रं?"

"कर काय तरी. उद्या जानार!"

थोडावेळ ती आपल्या लेकाच्या तोंडाकडं अप्रुबाईनं बघत राहिली आणि मनी संतोष पावून म्हणाली, "असाच लोभ असू द्या बाबा भनीवर तुझा! जानं-येनं असावं. तिच्यावाचून कोन हाय आपल्याला तरी दुसरं?"

"उद्या पाटंलाच निगतो. आज वस्तीवर जात न्हाई."

"पर काय तरी करून द्याला पायजे की रं संग?"

"दे एक चार दशम्या करून."

"दूद हाय. मग चार दशम्या करू म्हंतोस?"

"कर की."

दशम्या आता कराव्यात का पहाटे उठून कराव्यात असा विचार करत ती बसली आणि शिवा बोलला, "आता उगाच का बसलीयास? आताच चार दशम्या कर. सकाळी आनि तुझी गडबड नको."

"त्यात गडबड कसली?"

"न्हवं, मी चान्नी उगवायलाच भाईर पडनार."

"असं म्हंतोस?" असं म्हणून तिनं काटवट पुढ्यात घेतली आणि शिवा बाहेर जात म्हणाला, "लौकर उटायचं हाय. पडतो घरातच आता."

"जा, झोप जा." असं आई म्हणाली आणि शिवा बाहेर आला. दार बंद करून केव्हा कडी घालीन असं त्याला झालं होतं. गडबडीनं तो सोप्याला आला आणि तुका दारात दिसला.

तुकाला बघून शिवा हडबडला. गपकन तो माघारी वळला आणि तुका म्हणाला, "रामराम मालक."

आता त्याला बोलणं भागच होतं.पण तोंडातनं वाचा फुटेना झाली. मागे वळून त्याच्याकडं बघण्याचा धीर होईना झाला. घाबऱ्या घाबऱ्या तो मधघरात शिरला. तुकाच म्हणाला, "काय, सांच्यापरी घराकडं येऊन गेला म्हनं?"

तुकाचा नेहमीचाच आवाज कानावर आला. त्याच्या शब्दांत दांडगावा नव्हता. धमकी नव्हती. धीर करून त्यानं मागं वळून पाहिलं. तुका एकटाच आला होता. मोकळ्या हातानं आला होता. भ्यायचं तसं कारण नव्हतं; तरी शिवाला धीर होत नव्हता. कुऱ्हाडीसकट घोंगडं उचलून त्यानं जवळ घेतलं आणि आतनं विचारलं, "का आलायस तुका?"

"काय तुमचंच काम हाय न्हवं? तुमी घराकडं येऊन गेला म्हनं?"

"व्हय, आलतो जरा."

"उद्याच्या जोडनीबद्दल सांगाय आलता व्हय?" असं विचारून तुका खाली भुईलाच टेकून बसला. तुकाचा चेहरामोहरा काही बदलला नव्हता. त्याच्या आवाजातही काही फरक नव्हता. सहज यावं तसा तो आला होता. त्याचा संशय घेण्याचं आता काही कारण नव्हतं. त्याला काही कळलं असतं तर त्याच्या तोंडावर ते दिसलं असतं. ते लपून कसं राहील? दडवून ठेवण्यासारखी ती वस्तू नव्हती. तरीपण चांगला अंदाज घ्यावा म्हणून शिवानं विचारलं, "जेवून आलास काय उब्याउबी आलास?"

"ते का? जेवूनच आलो की. रानातनं आल्यावर भूक आवरायला नगो?"

"मग काय घोर न्हाई." असं म्हणत शिवा बाहेर सोप्याला आला; तसं तुकानं विचारलं, "जेवान झालं का न्हाई मालक?"

"आत्ताच झालं बग."

"बरं, का येनं केलतं?"

"पान घे." असं म्हणून चंची देत तो बोलला, "कुळवाचं कसं करनार उद्या?"

"हानायचा की."

"ते नव्हं. बैलाचा जरा घोटाळा झालाय."

"ते कळलं मला."

"मग कसं करनार? कुनाचा भाईरचा सांगतोस?" पानाला चुना लावत तो बोलला.

"एका दिवसासाठी कशाला भाईरचा बैल आणि भाडं भरायला घ्याचा?"

"मग काय करनार तर?"

"आमचा म्हातारा बैल जोडू की एक दिवस."

"जमंल का तसं?"

"जमवायचं तसंच! त्याला काय हुतंय?"

"बरं, मग तसं कर." असं म्हणून तंबाकू त्याच्या हातावर ठेवून म्हटलं, "काकाला आपला बैल लागंलच असंबी काय न्हाई, पर कदांचित लागंल. न्हाईतर असं कर, जरा लौकर मळ्याकडं जाऊन घेऊन जा जोडी. ते बगतील काय तरी मग."

"असं करू म्हनता?"

"हंबऽऽ... त्यांच्यापाटी आपला का घोटाळा? मस्त तालेवार हैत! त्यास्नी एक तिथं धा बैल मिळतील."

तुकानं विचारलं, "मग येरवाळी जाऊन जोडी घेऊन जाऊ म्हनता?"

"जा घेऊन! कुटं तुझ्या म्हाताऱ्या बैलाला जोडतोस?"

"जोडायचा काय प्रश्न न्हाही खरं. आपलंच काम उरकायचं न्हाई."

शिवा म्हणाला, "मग आता विचार करू नको. प्रश्न मिटला."

असा एका गोष्टीचा कंडका पाडून तो दुसऱ्या गोष्टीकडं वळला. "काका लई ठकलाय की रं! नाव नाव आतच या लागलाय. त्याच्या औशीदपाण्याचं काय बगतोस का न्हाइ?"

वर मान करून तुकानं म्हटलं, "त्यानं तर आनि किती जगायचं?"

"पर आपलं मानूस कुनाला नको झालंय का तुका?"

"त्याचं असं हाय," असं म्हणून तुका सांगू लागला, "आमी मस्त त्याला

औशीद घे म्हनतो; पर म्हातारा कुटं मनावर घेतो? त्यो म्हनतोय – आता औशीदाला रीन काडून शंभरदीडशे रुपय घालून तरी फुडं काय फायदा हाय? वय व्हायचं ते झालं, काय उद्या बरं वाटाय लागल्यावर तर काय कुटं भागलनीला जाऊन मिळकत करता येनार हाय? खायाला कार आणि धरणीला भारच न्हवं?''

''असं कसं बरं?''

''अहो, हे मी म्हनत न्हाई – म्हाताऱ्याचं म्हन्नं! मग कसं करायचं सांगा? हाय तवर ढकलायचं...येईल तो दिवस रेटायचा बगा मालक.'' असं म्हणून त्यानं तंबाकू तोंडात टाकली आणि तो हसून म्हणाला, ''आज बायकूनं आनि घरात हातरून घातलंय? सांच्यापारपासनं तिचंबी काय अंग मोडून आलंय म्हनं. भरीस भर सारखी चालू हाय बगा! कुटं सगळ्यांची काळजी करता? असंच चालायचं...

शिवा विचारात गढून गेला. खाली मान घालून गप बसला. मालक काही बोलेना हे बघून मग तुकाही चुळबुळला आणि थोडं हसून म्हणाला, ''मालक, आज तुमचं चित्त थाऱ्यावर दिसत न्हाई... खरं का न्हाई?''

शिवा दचकला. सावध होऊन तो तुकाकडं बघू लागला; तसा तुका पुन्हा हसून बोलला, ''खरं का न्हाई?''

''काय?''

तुका काय बोलतोय ह्याचा त्याला घोर पडला. छाती एकाएकी पुन्हा धडधडू लागली. त्याच्या काळजानं ठाव सोडला आणि तुका म्हणाला, ''मालक, काळजी करू नका. तुमचा ऐवज आमच्याच घरात होता. पायतान इसरून आलायसा हीच काळजी लागलीया न्हवं तुम्हाला? हे काय घेऊन आलोय संगं!''

शिवा वेड्यागत त्याच्या तोंडाकडं बघत राहिला आणि तुका म्हणाला, ''तुमी राच्चं आनि वस्तीवर जानार. म्हटलं, तुमाला आनि हेलपाटा पडाय नगो. हितं बग तितं बग करत बसशीला, म्हनून घेऊनच आलो झालं संगं.'

■

पोर

ज्योतिबाचा डोंगर करून घरला परत निघालेला सखुबा माळी चालून चालून दमला होता. चार कोसांची वाट वसरता वसरत नव्हती. तिसऱ्या प्रहरापासून तो चालत होता. दिवस बुडून आता चांगलं कडुसं पडलं होतं. रातकिडे कानात किर्रर्र करत होते. गाव जवळ येऊन तो पांदीला लागला. त्याची चाल मंदावली. चालून चालून पायांच्या पिंडऱ्यांना ओढ लागली होती. सखुबा आपले धुळीनं भरलेले पाय सावकाश टाकू लागला. गाव जवळ आलं होतं. लांबून दिवेही दिसत होते. आता झपाट्यानं चालायचं काही कारण नव्हतं. पांदीतला चागाळचोथा आणि दगडधोंडे चुकवीत तो सावकाश निघाला. आणि एकाएकी तान्ह्या मुलाचा आवाज कानावर येऊन तो चालता चालता उभा राहिला. कावरा-बावरा होऊन बघू लागला.

पांदीच्या दोन्ही अंगाला विलायती शेंड उंटागत उभा होता. अधनंमधनं निवडुंगही वाढला होता. सखुबा मान वळवून मागंपुढं बघू लागला. अवतीभोवती कुणाचीच चाहूल नव्हती. कुणीच दिसत नव्हतं. ना माणूस ना काणूस आणि हा मुलाचा आवाज कुठनं येतोय हेच त्याला कळेना झालं. पांदीला लागून कुणाची खोपही नव्हती. रानातली वर्दळही थांबली होती. नुसता भास म्हणावा तर पोर थांबून थांबून रडत होतं. हा काही भास नव्हता.

सखुबा कान देऊन ऐकत राहिला आणि आवाजाच्या दिशेनं वेध घेऊ लागला. उजव्या अंगाच्या शेंडाकडं तो बघत राहिला. नीट दिसेना होऊन तो पुढं झाला. कडेच्या शेंडाजवळ आला. शेंडाला लागूनच पलीकडं निवडुंगाचं गचपन होतं त्या बाजूनंच मुलाचा आवाज येत होता. शेंडाजवळ आलेला सखुबा घोटाळून उभा राहिला. एकाएकी आवाज येईनासा झाला आणि त्याचं अंग काट्यांनी फुलून गेलं.

भान विसरून तो शेंडात घुसला. पायाखाली वाळलेल्या निवडुंगाच्या फण्या तुडवत पुढं निघाला. चार पावलं टाकून तो जागच्या जागी उभा राहिला. एकाएकी

त्याचं मन चरकलं. काळीज चिरल्यागत झालं. जिवाला चटका लागून तो बघत राहिला.

त्याच्यासमोरच वावभर अंतरावर निवडुंगाच्या गचपनाला लागून एक बुट्टी दिसत होती. त्यावर बसलेले काजवे चमकत होते. सखुबाचं काळीज उडू लागलं. उभं राहिल्या राहिल्या त्यानं चारी अंगाला नजर टाकली आणि धडधडत्या छातीनं तो बुट्टीजवळ गेला. बुट्टीवरचं फडक बाजूला करताच त्या कोवळ्या अर्भकानं आपले मुठी झाकलेले दोन्ही हात एकाएकी वर केले.

सखुबानं ज्योतिबाचं नाव घेऊन ते मूल उचलून हातात घेतलं. त्याला पोटाशी धरून तो उभा राहिला. त्याच्या पोटाला बिलगलेलं पोर रडेनासं झालं तसा सखुबा आश्चर्य करत उभा राहिला. पोर व्हावं म्हणून तो ज्योतिबाला खेटे घालीत होता. पोटाशी धरलेलं मूल रडायचं थांबलं तसे नाना विचार त्याच्या मनात येऊ लागले. देवदेव करून आपण नीट घरी चाललो असताना हे मूल मध्येच का भेटावं? दुसऱ्या कुणाला न आढळता ते आपल्यालाच का आढळावं? ही नेमानेमी देवानंच घडवून आणली असली पाहिजे! देवाच्या कृपेशिवाय अशी गोष्ट होणं शक्य नाही. हा देवाचाच प्रसाद असला पाहिजे. पोटाला पोर नाही म्हणून झुरणाऱ्या सखुबाला अत्यानंद होऊन गेला. सबंध दिवसभर झालेली चिन्हं त्याला आठवू लागली. देवानंच त्याला हे मूल दिलं होतं.

हातातलं मूल त्यानं परत बुट्टीत ठेवलं. त्यावर अबदार फडकं पसरून त्यानं ती बुट्टी उचलून डोक्यावर घेतली आणि पोटातलं पाणीदेखील न हलू देता तो सावकाश पावलं टाकीत घरी निघाला. घर कधी येतं, असं त्याला होऊन गेलं होतं. घराची विलक्षण ओढ लागूनही त्याला झपाट्यानं पाय उचलता येत नव्हते. त्याला सावकाश चालणं भाग होतं.

डोक्यावर बुट्टी घेऊन तो दारात आला आणि एक पाय उंबऱ्याच्या बाहेर असतानाच सोप्यात वाट बघत असलेल्या आपल्या म्हातारीला तो म्हणाला, "आई,ज्योतिबा परसन्न झाला ग मला!"

पोराचे हे शब्द ऐकून आईचा सुरकुतलेला चेहरा उमलून आला. पडदा आलेल्या डोळ्यांनी सखुबाकडं बारीक नजरेनं बघत ती म्हणाली, "येवडं आनंदून जायाला काय झालं रं लेकरा माझ्या?"

डोक्यावरची बुट्टी उतरून खाली ठेवत त्यानं म्हटलं, "तुला नातू पायजे होता न्हवं? नातू नातू म्हनून जीव टाकत होतीस; घे आता नातू. खेळीव ह्याला मांडीवर."

त्याच्या या बोलण्यानं म्हातारी येडबडून गेला आणि समोर बुट्टी बघून तर तिची बोबडीच वळली. खरोखरच सखुबानं तान्हं मूल समोर ठेवलं होतं. म्हातारीनं पारखून - पारखून बघितलं. बुट्टीत मूल होतं यात काही शंकाच नव्हती. सोललेल्या

संत्र्यागत दिसणारं ते उघडंवाघडं मूल म्हातारीनं उचलून आधी मांडीवर घेतलं. आणि मांडी हलवीत ती विचार करू लागली, ''कुनाचं पोर घेऊन आलायस हे? काय भानगड हाय ही?''

आईच्या प्रश्नाला उत्तर देण्याआधी त्यानं विचारलं, ''कुटं गेलीया ही?''

''अरं, मी काय इचारते ते सांग की.''

''ते सांगतो खरं, ही कुटं गेलीया ते सांग आदी.''

''ती गेलीया मारुतीला तेल घालायला; पर हे मूल कुनाचं घेऊन आलाईस?''

सखुबा मनोमन हसून म्हणाला, ''आई, देवानंच पोर दिलंय बग आपल्याला!''

तिला सखुबाचं बोलणं काही उमजेना झालं. देवानं दिलंय म्हणजे काय हे न कळून तिनं पुन्हा विचारलं, ''अरं, देव तरी कसं असं दील पोर? कुनाचं मूल घेऊन आलाईस हे?''

वाट चालून दमलेला सखुबा पाठ भिंतीला टेकवून सप्पय बसत म्हणाला, ''आई, तुला न्हाई कळायचं हे! मूल वाटंत गावलं मला... म्हंजे आपल्या पोटालाच आल्यागत झालं की हे. म्हनूनच म्हनायचं देवानं दिलं.''

म्हातारीला अचंबा वाटून ती म्हणाली, ''वाटंत पोर कवा कुनाला गावलं होतं का? काय सांगतोस रं हे असलं?''

''खोटं न्हाई; खरंच सांगतो आई.''

''खरंच सांगतोस?''

असं म्हणून म्हातारी सखुबाच्या तोंडाकडं बघत राहिली आणि सखुबा पुन्हा म्हणाला, ''खरंच की, पोर ह्या पांदीला गावलं. देवानं काय येवजना केली असंल बग. ह्याला म्हनायच्या नशिबाच्या गाठी!''

म्हातारी भान विसरून ऐकू लागली. मधेमधे हुंकार भरू लागली. आणि सखुबा सांगू लागला, ''देवाची करनी आनि नारळात पानी म्हंत्यात तशातली गत झाली ही. चार कोसांची वाट चालून मी पांदीला आलो. चांगलं निवडुंगाच्या गचपानापतूर आलो बग! हूं काय? एकाएकी पोराचा आवाज कानावर आला न्हवं!''

म्हातारीच्या अंगावर दरदरून काटा उभा राहिला. घाबरीघट्ट होऊन ती ऐकू लागली. सखुबानं सारी घडलेली हकीगत जशीच्या तशी सांगितली. म्हातारी सचिंत होऊन विचार करीत बसली तसा सखुबा म्हणाला, ''अगं आए, ह्यात इचार कसला करतीस? डोंगराला जायाला घरातनं पाऊल भाईर ठेवलं तवापसनंच एकेक चिन्न दिसत हुतं मला!''

''काय चिन्न दिसलं तुला?''

''चान्नी उगवायला घरातनं भाईर पडलो आणि वेशीत आलो... तर समोर कुंभारकावळाच पैला नदरं पडला!''

"चांगला शकुन झाला की मग ह्यो."

"डोंगर चढून देवदर्शनाला देवळात गेलो, तर माझ्या म्होरं एक लेकुरवाळी बाई दिसली बग."

"हेबी चांगलंच लक्षान झालं की मग."

"त्या लेकुरवाळ्या बाईला बगितलं ते देवाला कोडंच घातलं! म्हटलं, पोटाला मूल दे. दुसरं काय मागनं न्हाई. म्हातारी ठकलीया. पोटाला औंदा मूल दे-फुडच्या सालाला त्याला आनून तुझ्या पायावर घालतो."

त्याचं बोलणं संपायच्या आत म्हातारी बोलू लागली. "मागनं मागितलंस ते बरं केलंस; पर बोलल्यापरमानं झालं तर अमुक एक करीन म्हनालास का न्हाई?"

"ते म्हनायला कशाला पायजे?"

"अरं, म्हनायचं – तिथं येऊन पुरणपोळीचा निवद करीन, अमुक येवडं नारळ वाडवीन, दसऱ्यात पैल्या माळेला एक शेरभर तूप जाळीन.."

सखुबा म्हणाला, "हे काय तोंडानं बोलून दावलं न्हाई; पर मनात हायंच की."

"मनात तरी म्हनलास न्हवं? मग त्याला कळलंच की रं ... त्याला कळलंऽऽ आनि त्यानं काय करायचं ते केलं बग."

सखुबा पुन्हा सांगू लागला, "आणि बरं का आई, देवाला कोडं घालून भाईर आलो आनि पायात व्हान घालाय गेलो तर एका व्हानाचा अंगटाच तुटल्याला!"

"आनि रं? आपुआपच अंगटा तुटला म्हंतोस?"

"मग काय सांगतो तर? असा कापूर-नारळ घेऊन आत गेलो आनि भाईर येऊन बगतो तर ह्यो परकार!"

मांडीवरच्या पोराला कुरवाळून म्हातारी म्हणाली, "बरोबर हाय रं लेकरा. अशानं असं काय तरी फुडं हुनार म्हटल्यावर त्याचं चिन्न दावायचंच रंऽ ऽ ऽ."

एरवी साध्या दिसणाऱ्या अनेक घटना त्याला आठवू लागल्या. यावर विचार करावा तितका थोडाच वाटू लागला. विचार करण्यासारखंच सगळं घडलं होतं. या बारीकसारीक सगळ्या घटनांत अर्थ भरला होता. आता शांत बसून नीट विचार करताना सखुबाला एकेक गोष्ट जाणवू लागली. तो आठवून आठवून सांगू लागला आणि म्हातारी पोराचं तोंड कुरवाळत बसून राहिली. येवढ्यात सखुबाची बायको देवळातनं परत आली. ती दारात आहे तोवरच तो म्हणाला, "ज्योतिबा पावला गं आपल्याला!"

सासूच्या मांडीवर पोर बघून ती आल्या आल्या जवळ गेली. ते एवढंसं चिटुकलं गोरंपान मूल बघताच ती खाली वाकली आणि त्याच्या मऊसूत गालाला हात लावून म्हणाली, "अगं बया, कुनाचं हो मूल आत्याबाई?" अंगाला हात लावताच ते टँहँ टँहँ करून ओरडू लागलं तसा सखुबा म्हणाला, "खरंच गं

आपल्या पोटाला आलंय हे. हिला बगून कसं वरडाय लागलं बग की.''

आपल्या मांडीवरचं मूल उचलून सुनेच्या हातात देत म्हातारीही म्हणाली, ''घे गं घे. तुला घे म्हनतंय गं. तुझ्या पोटाला याचं ते दुसऱ्याच्या पोटाला आलंय!''

तिनं पोर हातात घेतलं आणि पटापटा मुकं घेत ती विचारू लागली, ''कुनाचं बाळ हो हे? कुनी आनलंय एवढ्या तान्या मुलाला हितं?''

तिनं मूल उराशी कवटाळून धरलं आणि सखुबा हसून म्हणाला, ''दुसऱ्या कुनाचं असतंय? आपलंच पोर हाय ते! देव पावला म्हनून काय सांगतोय तर तुला?''

म्हातारीही म्हणाली, ''बाई, देवानंच आपल्या पदरात घातलंय.''

हे दोघंही गंभीरपणानं सांगू लागलं आणि तिला सारी थट्टाच वाटू लागली. हरतऱ्हेनं सांगितलं तरी तिला पटेना झालं. मग सखुबानं घडलेली सारी हकीगत पहिल्यापासून सांगितली तरी ती हसत म्हणाली, ''अशी का थट्टा करताय माजी? सांगा कुनाचं पोर हाय ते?''

काय सांगावं ही सखुबाला पंचायत पडली. काय सांगितलं असता हिला पटेल याचा तो विचार करत बसला आणि नवरा सांगतोय यावर विश्वास तरी कसा ठेवावा, हे सारं खरं कसं मानावं, हे तिला कळेनासं होऊन तीही बुचकळ्यात पडली. एकदा सोडून शंभरदा तिनं विचारलं. काही केल्या छडा लागेना झाला. कोण घेऊन आलं असंल या मुलाला? कुणी आणलं असावं? कुणाचं मूल असेल बरं हे?- असे अनेक प्रश्न तिनं स्वत:लाच विचारले. नुकत्या उपजलेल्या मुलाला कोणी आणणं शक्य आहे का? असा एक प्रश्न मनात उभा राहिला आणि ती जरा चरकली. तिनं आतबाहेर फिरून सारं घरही धुंडाळलं. कुणाचाच मागमूस लागेना झाला. ही भानगडच काही उकलेनाशी झाली; तशी ती निकराला येऊन म्हणाली, ''काय भानगड हाय ही सांगा बगू... कुनाचं मूल हे सांगा आदी.''

''मग मगाधरनं काय कानी सांगाय लागलोय व्हय आमी? ही बुट्टी दिसंना का तुला? रानात पोर गावलं ते घेऊन आलोय.''

ती बुट्टी बघून तिच्या छातीत धस्स झालं. हातापायांतलं सारं अवसानच नाहीसं झालं. हातातलं मूल खाली ठेवत तिनं पुन्हा विचारलं, ''वाटंत सापडलं आनि तुमी घेऊन आला व्हय?''

''काय इचारतीयास सतरांदा? व्हय, वाटंत सापडलं पांदीला.''

तिची मतीच खुंटल्यागत झाली. आपल्या नवऱ्याचा भोळसरपणा बघून तिला संताप चढला. चेव आल्यागत ती एकाएकी रागानं बोलू लागली, ''आता म्हनू तरी काय तुमाला! असा कसा निव्वळ शंकराचा जलम घेतलायसा हो तुमी? दुसऱ्यानं टाकल्यालं पोर घरात घेऊन आलायसा व्हय? आनि आत्याबाई, तुमीबी त्याला

खुशाल मांडीवर घेऊन खेळवत बसलाय – तुमाला तर काय कळूने?''

सखुबा पुन्हा पुन्हा घडलेली हकीगत सांगू लागला. दिवसभर दिसून आलेल्या चिन्हांची फोड करू लागला; तशी त्याला खुळ्यात काढून ती म्हणाली, ''कशाचा शकुन घेऊन बसलाय? उद्या शिपाई दारात येऊन उभा ऱ्हायला म्हंजे काय शकुन सांगनार त्याला? देवानं दिलंय म्हनून भागंल का नुसतं? घरादाराचा पंचनामा होईल आणि कोर्टात जबानी द्याला जावं लागंल–म्हायती हाय तुमाला? कुटं हुतं तितं ठेवून या जावा, उटा आधी... उटा.''

शिपाई दारात येईल असं म्हणताच सासूचाही निरुपाय झाला. सखुबाची वाचाच बंद झाली. बायकोपुढं काही त्याचं शहाणपण चालेनासं झालं. बायकोनं ऊतच आणला. अखेर तिनं सरळ ते पोर बुट्टीत घातलं आणि बुट्टी त्याच्या डोक्यावर ठेवून ती म्हणाली, ''ह्यो देवाचा ऐवज देवाला पोचता करा जावा. उटा, बसू नका. ही काय बैदा आपल्या घरात नको. उटा म्हनते न्हवं तुमाला? का दंडाला धरून उटवाय पायजे?''

सखुबानं एकवार बुट्टी खाली उतरून ठेवली आणि डोळ्यांत पाणी आणून तो त्या तान्ह्या मुलाकडं बघत म्हणाला, ''लई याकुळलं असंल. दुदाचा एक थेंब तरी घाल ह्याच्या पोटात.''

असं म्हणून बसल्या जागेसनं तोच उठला. लगालगा आत गेला आणि दुधाची वाटी घेऊन बाहेर आला. त्यानं दूध आणलं खरं, पण ते कसं घालायचं हे कळेना झालं; तशी म्हातारी म्हणाली, ''अरं, असं कसं दूध घालतोस त्या बच्च्याला? फडक्याचा एक बोळा घे आनि त्या बोळ्यानं काय पितंय काय बग.''

फडक्याचा बोळा दुधात भिजवून तो त्याच्या तोंडाला लावू लागला. दुधाचे दोन थेंब त्याच्या पोटात जाऊन ते हातपाय हालवू लागलं, तसं त्याला ढवळून येऊ लागलं. परत पोराला घेऊन बाहेर जाण्याची त्याला काही छाती होईना. उघड्या रानावनात त्याचा सांभाळ कोण करील, असा प्रश्न त्याच्या जिवाला पडला आणि पोराला उचलायला त्याचे हात काही धजेना झाले. खाली बघूनच तो म्हणाला, ''भाईर थंडीवाऱ्यात हे काय करंल? रानातली घुशीमांजरं ह्याला जित्तं ठेवतील का? उघड्या रानात कसं ठेवून येऊ ह्या बच्च्याला?''

काही न बोलता तिनं बुट्टी उचलून त्याच्या डोक्यावर ठेवली आणि दंडाला धरून ती ओढू लागली, तसा सखुबा उठून उभा राहिला. त्याचा जीव कासावीस होऊन गेला. तो उंबऱ्यात आला आणि त्याचा पाय काही बाहेर पडंना झाला. मनात घालमेल उडून गेली. उंबरा ओलांडून तो कसाबसा बाहेर पडला. जिवाच्या करारावर पाय उचलू लागला. डोळ्यांच्या कडा पाण्यानं भिजू लागल्या...

...समोर काळाकुट्ट अंधार पसरला होता. मध्यानरात्र उलटून गेली

होती. पूर आलेली यमुना अवतीभोवती घोंगावत होती. धास्तीनं
जीव धपापून गेला होता आणि गोकुळ तर अजून दूरच होतं...
    आपली जड पावलं टाकत सखुबा चालू लागला. गाव मागं राहिलं होतं आणि
तो पुढं निघाला होता. समोरची वाटही धड दिसत नव्हती.
    यमुनेचं पाणी समुद्रासारखं अथांग पसरलं होतं. वरचा काळाअंधार
आणि खाली पसरलेल्या यमुनेचं पाणी एकच होऊन गेलं. सारं
एकमेकात मिसळून गेलं आणि एकाएकी यमुनेनं भांग दिला.
साक्षात वसुदेवांची मुर्ती समोर ठाकली. यमुनेच्या भर पुरातून पावलं
टाकत ती पुढं जाऊ लागली...
    काळ्याकिट्ट अंधकारात पावलं टाकत सखुबा पांदीनं पुढं चालला होता.
निवडुंगाचं गचपन जवळ आलं होतं; पण त्याचा एक पाय त्या पांदीत होता आणि
दुसरा पूर आलेल्या त्या यमुनेच्या भोवऱ्यात अडकला होता!

■

सय

पावसानं मजा करून आता उघडीप दिली होती. रानात बघावं तिकडं हिरवंगार दिसत होतं. पिकावर नवी टवटवी आली होती. म्हाताऱ्या माणसानं भुईला हाताचा रेटा देऊन उठावं तशी पावसात कुचमलेली पिकं वर उठली होती. जोंधळा डोक्याला लागू लागला होता. तंबाकू मिरचीतली तुटाळी नेट धरू लागली होती आणि आऱ्या सुटून पसरलेल्या भुईमुगाला कळी सुटली होती. ऊन लागेल तशी पिकं तजेलदार दिसत होती.

दिवस नुसता वर आला होता आणि शिवा हातात एक विळा घेऊन गवताचा भारा आणायला आपल्या बांधाकडं चालला होता. सारं शिवार हिरवंगार दिसत होतं. वरखतानं नेट धरलेल्या जोंधळ्यावर झकास काळोखी आली होती. शेंड्याची पानं टोकदार दिसत होती. दहीवर पडलेली पिकं सकाळच्या कोवळ्या उन्हात चमकत होती.

जोंधळ्याला लागूनच गवताचा बांध होता. बांधाचं गवत छातीइतकं वर आलं होतं. बांध लांब होता तोवरच त्या हिरव्या गवताचा वास भपकारत जवळ आला. सकाळच्या वेळी फुललेल्या मोगरीचा वास यावा तसा!

शिवाने विळा खाली टाकला आणि धोतराचा सोगा वर कमरेला खोऊन तो गवताकडं बघत थोडा वेळ उभा राहिला. रानवट धुंद वास घमघमत होता. गवताचा तो बांध लांबच्या वांब पसरला होता. ते सारं रान त्या कोवळ्या पिवळ्या उन्हात भरजरी हिरव्या लुगड्याच्या पदरागत दिसत होतं. रानातली ही हिरवी रेशीम चमकत होती. मन भुलत होतं.

लांबवर एक नजर टाकून शिवानं खाली पडलेला विळा हातात घेतला आणि तो बांधाच्या एका कडेला गेला. पायांतल्या व्हाना काढून बाजूला ठेवल्या आणि चवड्यांवर बसून तो पुढं झुकला. डाव्या हातानं गवताची मूठ घट्ट धरली आणि

उजव्या हातातला विळा त्या दिशेनं असा पुढं नेणार तो वरच्या वर तो हातातून निसटून खाली पडला.

बसकण मारून खाली बसलेला शिवा एकाएकी उठून उभा राहिला. या तरण्याताठ्या गड्याचं अंग लाडलाड हलू लागंल. अंगात कापराचा भरला. आपली नजर स्थिर ठेवून तो समोर बघत उभा राहिला.

ते तांबडंभडक जनावर न हालता शेपटीवर उभं होतं. खडं उभं! उगवतीकडं तोंड करून हलकेच तोंडानं शीळ घालत होतं. माणसाप्रमाणं शीळ घालणारा भुजंग त्यानं कधी पाहिला नव्हता. त्याचा तो आकारमान बघून शिवाला झेंडूच फुटला! अंगाला दरदरून घाम सुटला. त्याचा जागचा पायच उचलेना झाला. जनावराला फऱ्या रोग व्हावा तशा त्याच्या मांड्या थरथरू लागल्या. धड उभं राहता येईना झालं आणि मटकन खाली बसावं तर तीही छाती होईना झाली. थंडीनं अंगात हिव भरलं. डोलकाठीगत राहिल्याजागी त्याचं अंग भेलकांडू लागलं. काय करावं हेच कळेनासं होऊन बसलं. जीव मुठीत घेऊन तो उभा राहिला. डोळ्यांची पापणी न लवता टक लावून बघत राहिला.

समोरचा भुजंगही तसाच निश्चल खडा उभा होता. कोवळे किरण अंगावर पडून त्याची कांती भिंगागत चमकत होती. तोंडानं हलकेच शीळ घालता घालता तो डोलू लागला. ते हलणारं जनावर जळातल्या प्रतिबिंबासारखं दिसू लागलं. आपल्याच नादात ते दंग होऊन गेलं होतं. निसर्गाची उमलणारी सकाळची शोभा पाहत ते बेभान झालं होतं.

शिवाची छाती धडधडत होती. श्वास आवरता येत नव्हता. पाय स्थिर राहत नव्हते, बारीकशा आवाजानं अंगावर काटा उभा राहत होता.

आणि एकाएकी भुजंगानं मान वळवली. शिवाकडं तोंड करून ते उभं राहिलं. ते मुटक्यागत तोंड बघून शिवाची पाचावर धारण बसली. आता नजरानजर झाली होती. पाय काढावा तरी पंचाईत होती. न राहवून शिवानं एक पाऊल मागे घेतलं. पाय उचलताच ठिसकारून भुजंगानं फणा काढला आणि अंगाला मागंपुढं झोले देत तो उभा राहिला.

आता काही धडगत राहिली नव्हती. देवावर हवाला ठेवून शिवानं एकाएकी भुईला लोटांगण घेतलं. डोळे झाकून घेतले आणि दोन्ही हात जोडून तो म्हणाला, ''बाबा मी शरन आलोय. आता मारनारा तूच आनि तारनाराही तूच. काय चुकी घडली असली तर माफी करा. सांगा, का दर्शन दिलं आज?''

फुतकार यायचे बंद झाले. म्हणून शिवानं डोळे उघडून वर पाहिले.

भुजंग एकाएकी अदृश्य झाला होता. कसली खसपसही न करता तो गडप झाला. फक्त बांधाच्या गवतानं भांग दिली होती आणि जळणाऱ्या उदाचा वास मागं

दरवळत राहिला होता. मघापर्यंत तो घमघमणारा वास ओळखू आला नव्हता. आता मात्र त्याची जाणीव एकाएकी झाली. निसर्गाच्या त्या जळणाऱ्या उदबत्तीचा चमत्कार कळून आला.

अजूनही शिवाचे हात-पाय थरथरत होते. पोटात खड्डा पडला होता. थरथरत्या हातानंच त्यानं खाली पडलेला विळा उचलून हातात घेतला आणि कसाबसा तो खोपीवर आला.

येतायेताच त्यानं तंबाकूचा खुडा करत असलेल्या आपल्या काकाला हळी दिली आणि तो खोपीवर येऊन भुईला आडवा झाला. काका येण्याची वाट बघत पडून राहिला.

हळी ऐकून त्याचा काकाही लगालगा खोपीकडं आला. आडव्या झालेल्या शिवाला बघून त्यानं लांबनंच विचारलं, "काय रं पोरा, काय झालं?"

शिवानं फक्त डोळे उघडले आणि आपल्या काकाच्या तोंडाकडं बघत तो असाच पडून राहिला. त्याचं कपाळ घामानं डबडबलं होतं. चेहरा विचित्र दिसत होता. मृत्यूची कळा त्याच्या मुद्रेवर दिसत होती. एकाएकी असा लोळागोळा होऊन पडलेल्या आपल्या पुतण्याला बघून त्याच्या काकालाही धसकाच बसला. धडधडत्या उरानं तो खाली बसला आणि शिवाच्या अंगाला हात लावून म्हणाला, "अंगबी गार पडलंय? व्हय, काय झालं? घाबरलाईस का असा?"

शिवानं न बोलता एकवार जीभ आपल्या ओठावरून फिरवली. तळहातानं कपाळावरचा घाम पुसला आणि मग भुईला हाताचा रेटा देऊन तो दुकनकऱ्यागत बेतानं उठून बसला.

चिंताग्रस्त चेहऱ्यानं काका त्याच्या तोंडाकडं बघत राहिला. तसा आपल्याच हातानं पायाच्या पिंढऱ्या दाबत शिवा म्हणाला, "अप्पा मरून धा वरसं झाली न्हाई?"

पोरानं हा प्रश्न आज का विचारावा हे न समजून काकानं विचारलं, "आज का आठवन झाली रं तुला ह्याची?

"का न्हाई," असं ओठातल्या ओठात पुटपुटून तो पुन्हा आपल्या पायाच्या पिंढऱ्या दाबत गप बसून राहिला. खाली बघत विचार करू लागला.

मान पुढं झुकवून काकानं विचारलं, "शिवा, पोरा, काय होतंय काय तुला?"

"पायांतनं पेटकंच या लागल्यात काका..."

"एकाएकी? ते कशानं?"

यावर काही उत्तर न देता तो थोडावेळ गप्पच बसून राहिला आणि स्वत:शी बोलावं तसं त्यानं विचारलं, "काका, चिन्न काय बरं न्हाई..."

"काय झालं रं?"

"काय घडतंय आनि काय न्हाई कुनाला दक्कल!"

"अरं, पर झालं तरी काय असं म्हनायला?"

"देवाचा तांबडा भुजंग दिसला हो आज मला," आणि असं म्हणून त्यानं विचारलं, "अप्पा मरायच्या आधी आटपंधरा दिवस त्यास्नी एकदा दर्शन दिलतं न्हाई का?"

ही गोष्ट खरी होती. त्या रानातला तो भुजंग शिवाच्या बापाला दिसला आणि त्यावर दोन आठवड्यांत त्याचा खेळच आटपला होता. पुढं काही बरंवाईट घडायचं असलं म्हणजे अवचित तो दृष्टी पडे आणि पुन्हा अदृश्य होई असं दोन तीन पिढ्या चालत आलं होतं. एरवी तो दहा दहा वर्षं कुणाला चुकूनही दृष्टी पडत नसे. रातध्यान वस्ती पडली तरी त्याची चाहूल कधी लागत नसे.

काळजीनं दबल्या आवाजात काकानं विचारलं, "त्योच दिसला का तुला? कसला होता?"

एक सुस्कारा सोडून शिवा बोलला, "कसला आणि काय? लालभडक होता."

"धुपागत वासबीस आला काय तुला?"

"तर! जवळ धूप जळावा तसा वास येत होता."

"कुटंसं दिसला?"

"बांधाला हो."

आता काही शंकाच राहिली नव्हती. न बोलता दोघंही अवघडून गप बसून राहिले होते. काय बोलावं हेच त्यांना समजत नव्हतं. दोघांच्याही जिवाला घोर लागला होता; पण काहीतरी आधार देणं भाग होतं म्हणून त्याचा काका म्हणाला; "काढून टाक मनातला इचार."

"कसा काडू काका?"

शिवाचे हे शब्द थेट त्याच्या काळजाला जाऊन भिडले. म्हातारा हबकला पण वर काळजी न दाखवता तो म्हणाला, "काय घेऊन बसलाईस खुळ्या! साऱ्या योगा-योगाच्या गोष्टी असत्यात बाबा. नेमानेमी असंल तर ती कवा चुकनार हाय का?"

शिवा आपल्याशीच विचार करत बसला तसा त्याचा काका धीर देऊ लागला, "तसं काय नसतंय पोरा. आपला बाळक्या गडी, त्याला दोनदा भुजंग दिसला होता. काय झालं त्याचं?"

काका उदाहरणं सांगत होता आणि शिवा आपल्याच काळजीत गुरफटत चालला होता. काका काय सांगत होता हिकडं त्याचं ध्यानच नव्हतं. पोराचा विचार जात नाही हे बघून तो म्हणाला, "ऊट, असा बसू नगो. असं खाली घेऊन काय हुतंय? इनाकारनी घोर का लावून घेतोस? ऊट, कायतरी कामाला लाग."

काकानं त्याच्या हाताला धरून त्याला बळेच उठवलं तसा शिवा म्हणाला, "न्हाई काका मनच लागंना झालंय कशात."

"असं हात-पाय गाळून काय हुतंय पोरा?"

हातपाय गाळून काही उपयोग नव्हता हे खरं होतं. शिवाला हे पटलं आणि खोपीतलं एक खुरपं घेऊन तो म्हणाला, "जातो. जुंधळा भांगलायचा हाय, त्योतरी भांगलतोय."

"जा भांगल जा." असं म्हणून काकाही आपल्या तंबाकूच्या वावराकडं निघाला. जाता जाता पुढं बघूनच बोलला – "जा कामाला लाग जा. काय चिंता करू नगो कसली."

शिवा जोंधळ्याया रानाकडं गेला. मनात कसला विचार न आणता. रानात गेला आणि जोंधळ्याचा एक आरा धरून तो भांगलण करून लागला. रानात खुरपं खेळवत पुढं चालला.

दुपार टळली. तिसरा प्रहर झाला आणि दिवस मावळायला आला तसा त्याचा काका आपली कामं आवरून त्याच्या खोपीवर आला. शिवा खोपीत नव्हता. खोपीच्या आसपास बघितलं तर तिथंही कोणी नव्हतं. त्याच्या खोपीपुढं काका थोडावेळ उभा राहिला. पोरगं कुठं गेलंय हे उमजेना, तशी त्यानं लांबवर रानात नजर टाकली पण शिवा कुठं दिसेनासा झाला. मग पुन्हा आत येऊन त्यानं खोपीत बघितलं. तर कोपऱ्याला झाकून ठेवलेलं भाकरीचं गटळं तसंच दिसत होतं. पोरानं दुपारची भाकरी खाल्ली नव्हती. गटळं तसंच तिथं होतं हे बघून त्याचं मन चरकलं. कामाच्या नादात दुपारी विचारपूस करायचीच राहून गेली होती.

काका पुन्हा खोपीबाहेर आला आणि जोंधळ्याच्या रानात अजून भांगलण तर करत नसंल असा विचार मनात येऊन तो लगालगा तिकडं गेला आणि शिवा म्हणून एक हळी दिली. तरी 'ओ' आली नाही; तसं त्याचं धाबं दणाणलं. तो आणि थोडं पुढं गेला आणि भांगलण झालेल्या एका आऱ्याच्या तोंडाशी उभं राहून त्यानं आत पाहिलं.

शिवा पुढं बघून हातातलं खुरपं खेळवत होता. भांगलण करण्यात दंग झाला होता.

काकानं पुन्हा हळी दिली तसा तो भानावर आला. काम सोडून उभा राहिला. भांगललेल्या आऱ्यात शिरून त्याच्याकडं जाताजाता काका म्हणाला, "अरं, कवाच्या काय सकाळधरनं भांगलण कराय लागलाईस ते अजून काम चालूच हाय तुझं?"

"टाईम झाला व्हय लई?"

"जरा वर बघ आभाळाकडं. बग बगू दिस किती झालाय?"

डोक्याला लागलेल्या जोंधळ्याच्या पिकात उभा राहून शिवानं मान वर करून बघितलं. मावळतीला दिवस चांगला कलला होता.

"आँ? दिवस बुडायला गेलाय का काय?"

काका त्याच्या तोंडाकडं बघतच राहिला तसं शिवानं गडबडीनं बाटूक गोळा केलं आणि त्याचा जंगी भारा बांधून तो काकाला म्हणाला, "जरा हात लावा."

काका आणि पुतण्या दोघंही खोपीवर आले. दण्णकन शिवानं डोक्यावरचा भारा खाली आदळला तशी दावणीची जनावरं चटाटा उठून उभी राहिली. रिंदीसा चेहरा करून शिवा त्यांच्या तोंडाकडं बघत बोलला, "तुमाला इसारलोच की मी! ना वैरण ना काडी! दिवसभर माझ्या नावानं तळमळला असशीला की रं?"

गडबडीनं भारा सोडत तो काकाला म्हणाला, "संबंध दिस आज वैरनच घालायची इसारलो. मानूस आशीन का कोन मी?"

काका म्हणाला, "तू तरी कुटं भाकरी खाल्लीयास दोपारची?"

"आमालाबी एकादसच घडली म्हना." असं म्हणत त्यानं आधी भारा सोडला आणि दावणीत बाटूक टाकून काकाला म्हणाला, "आज असं का झालंय कळत न्हाई. काय सुद्दच ऱ्हाईना झालीया कशाची?"

पोरगं पार हबकलंय हे बघून काका पुढं झाला आणि त्याच्या खांद्यावर हात ठेवून म्हणाला, "पोरा, आता हितं थांबू नगो. थेट असाच घरला जा आनि काय अर्धीकोर जाईल तेवडी भाकरी खाऊन गडद झोपून ऱ्हा जा. हितल्या वैरनकाडीचं आमी बगून घेऊ. तू काय त्याची काळजी करू नगो. जा बगू घरला."

काका तिथं थांबूच देईना तसा निरुपाय होऊन तो घरला निघाला. त्यानं कसातरी डोक्याला पटका गुंडाळला आणि पायांत पायताण घालायला म्हणून तो हिकडं तिकडं बघू लागला. पायताणच कुठं दिसेनासं झालं, तसा तो गप उभा राहून विचार करू लागला. काकानं विचारलं, "काय रं? काय झालं?"

"काका पायताण कुटं दिसत न्हाई हो! असं का एकेक चिन्न व्हाय लागलंय?"

"कुटं इसारलं असंल बग." असं म्हणून काकाही हिकडं तिकडं बगू लागला आणि शिवा म्हणाला, "हितं न्हाई काका पायतान."

"तर मग?"

"सकाळी बांदालाच ऱ्हायलंय ते."

हातात काठी घेऊन दोघंही पुन्हा त्या बांधापर्यंत गेले. सकाळी काढून ठेवलेल्या पायांतल्या पायताणांचा जोड अजून तसाच तिथं पडला होता. गडबडीनं पायांत घालून शिवा माघारी वळला आणि लांबनच बोट करून काकाला म्हणाला, "तितंच दिसला बगा. गवत कापायला मी असा खाली बसलो आणि एकाएकी शीळ ऐकायला आली. बघतोय तर भाद्दर शेपटीवर खडा उभा होता. माझ्या हातातनं

इळाच खाली गळून पडला.''

दोघेही खोपीवर आले आणि शिवा घरी जायला निघाला. तसा काका त्याच्या खांद्यावर हलकेच थोपटत म्हणाला, ''म्हातारीला ह्यातलं काही सांगू नगो हं. उगच तिच्या जिवाला घोर लागंल. काय कळू देऊ नगो बरं का तिला.''

''बरं, न्हाई सांगत.''

''आनि हे बघ, काय करायचं चुकलंय काय तेवडं म्हातारीला सज इचारून घे.''

''म्हनजे?''

''न्हवं, देवाचं काय करायचं चुकलंय काय येवडं इचारून घे आनि काय चुकलं असलं तर करतो म्हन.''

''ते मी सकाळीच सांगितलंय.''

''तुझा अप्पा दर आमुशाला नारळ देत हुता,'' येवढंच पुटपुटून तो गप उभा राहिला.

खाली मान घालून शिवा म्हणाला, ''अलीकडं ह्या दोनतीन सालांत ती प्रथाच मागं पडलीया. वरतीकडच्या रानातल्या पिराला कोंबडीबी बंद झालीया. पर हे बंद पडून आता दोन-तीन वरसं झाली की काका.''

काका न बोलता उभा राहिला आणि नुसतं खुणवून म्हणाला, ''असूदे जा.''

शिवा दिवस मावळायला घरी आला तशी म्हातारी म्हणाली, ''पोरा कारं लौकर?''

''आलो झालं...'' येवढंच म्हणून तो थेट आत गेला. तांब्याभर पाणी पायांवर ओतून घेऊन बाहेर आला आणि भिंतीला पाठ लावून बसून राहिला. पोराचा चेहेरामोहरा म्हातारीला काहीतरी निराळा दिसला. तिनं खोदून खोदून विचारलं; पण शिवानं काही थांग लागू दिला नाही. 'जरा अंग मोडून आलंय, अंगात कणकण हाय,' असं निमित्त सांगून त्यानं कसा तरी एक तुकडा गिळला आणि पुन्हा खालवर घालून तो गप पडला.

सगळीकडं निजानीज झाली; तशी उशाची चिमणी फुकून म्हातारीही कलंडली. पाय पोटात घेऊन पडून राहिली.

भरगच्च रात्र झाली तरी शिवाच्या डोळ्याला डोळा लागला नव्हता. मनात विचारचक्र चालूच होतं आणि रात्रीच्या त्या अंधारात एकाएकी याला ऐकायला आली. झटक्यासरशी तो उठून उभा राहिला आणि नकळतच तोंडानं बोलून गेला, ''रत्ने, दिवा लाव ग जरा.''

म्हातारी एकाएकी उठून बसली. उशाची आगपेटी घेऊन तिनं काडी ओढली आणि चिमणी लावून झाल्यावर ती वर मान करून बघू लागली. शिवा थरथरत उभा होता.

"काय झालं रं?" असं म्हणत ती जवळ गेली आणि त्याला पोटाशी धरून म्हणाली, "का भ्यालास? सपान पडलं व्हय?"

शिवाची बोबडी वळली होती. तोंडातून शब्द फुटत नव्हता. सगळं अंग घामानं चिक्क भिजून गेलं होतं. ऊर धडधडत होता. गुडघ्यातनं पाय मोडल्यागत तो मटकन खाली बसला; तशी म्हातारी हबकली. भान विसरून मोठ्यानं म्हणाली, "अरं माझ्या देवा! काय झालं रं बाबा तुला? शिवा, ए शिवा!"

शिवानं धोतराच्या सोग्यानं तोंडावरचा घाम पुसला आणि स्वत:ला सावरून तो म्हणाला, "काई न्हाई, सपान पडलं."

म्हातारी तशीच बघत राहिली तसा तो पुन्हा म्हणाला, "सपान पडलं गं जा, झोप जा."

म्हातारीनं दिवा विझवला आणि अंगावर वाकाळ घेत ती म्हणाली, "रत्नीची का आटवण झाली तुला! रत्ने म्हणून हाक मारायला ती काय घरात हाय व्हय हितं?"

खरंच, असं कसं घडलं हे त्याला कळत नव्हतं. तोंडातनं 'रत्ने' हे नाव कसं आलं? ती तर बाळंतपणाला माहेरी गेली होती. तिला जाऊन चांगले दोन महिने झाले असता असं एकाएकी तिचं नाव आपल्या तोंडात का यावं बरं? शिवा विचार करत पडून राहिला.

...रात्र उलटत गेली तसा दोघांचा डोळा लागला आनि केव्हा मध्यान रात्री माहेरी बाळंतपणाला गेलेली त्याची बायको हळूच दार उघडून आत आली आणि त्याच्या पायाशी बसून म्हणाली, "काय हुतंय तुमाला?"

"मला?"

"व्हय, तुमालाच."

"मला काय होत न्हाई. मला तुझी काळजी लागलीय."

त्याचा पाय दाबता दाबता खाली बघून ती म्हणाली,"माझी काळजी करायला काय झालं? मी तर खाऊन-पिऊन चांगली बोक्यागत झालेय."तो उठून बसला आणि दार बंद करून हळू आवाजात म्हणाला, "आईला सांगायची न्हाई गोष्ट."

"काय? कसली गोष्ट?"

...तो भानावर आला आणि उठून बसला. तो बेचैन होऊन गेला होता. त्याने आईला हाक मारली तशी म्हातारी घाबऱ्या घाबऱ्या म्हणाली, का रं? काय हुतंय?"

"का न्हाई, जरा दिवा लाव."

दिवा लावला आणि शिवा म्हातारीजवळ येऊन म्हणाला, "झोप काय लागंना गं मला. जरा बोलत तर बसू या."

म्हातारीही उठून बसली. दोघंही एकमेकांच्या तोंडाकडं बघू लागली. शिवा म्हणाला, ''चिमणी जरा मोठी तर कर.''

म्हातारीनं काडी घेऊन चिमणीची वात जरा वर सारली आणि शिवानं विचारलं, ''आता कितवा म्हैना म्हनायचा ह्यो?''

म्हातारी येडबडली. ती म्हणाली, ''कसला म्हैना म्हंतोस?''

''न्हवं, रत्नीला आता कितवा म्हैना लागला म्हंतो?''

म्हातारी त्याच्या तोंडाकडं बघत राहिली. पोरगं असं का बोलू लागलंय हे तिला कळंना झालं. ती काळजीनं म्हणाली, ''शिवा, तुला काय झालं रं पोरा?''

■

धडा

गाडी स्टेशनवर उभी राहिली आणि झोपेत असलेले मंडपेअण्णा एकाएकी जागे झाले. गडबडीनं त्यांनी आपलं तोंड खिडकीबाहेर काढलं आणि बघतात तो काय, गाडी सांगलीच्या स्टेशनवरच येऊन उभी राहिली होती. डोळे चोळायलाही आता सवड नव्हती. लोक भराभरा खाली उतरू लागले तसे तेही उठून उभे राहिले आणि रिकाम्या पिशव्यांची सुरळी काखेला मारून गाडीतून ते खाली आले. फलाटावरून चालता चालताच तिकीट काढायला म्हणून त्यांनी आपल्या नेहरू शर्टाच्या खिशात हात घातला आणि हात कुठे न तटता सरळ तो खाली गेला, तसे मंडपेअण्णा जागच्या जागीच उभे राहिले. त्यांची छाती धडधडू लागली. अंगावर भीतीनं काटा उभा राहिला. हातापायांना दरदरून घाम सुटला, घाबऱ्या घाबऱ्या त्यांनी खाली वाकून खिशाकडं बघितलं आणि त्यांची बोबडीच वळली.

कुणीतरी त्यांचा खिसा कापून पैशाचं पाकीट पसार केलं होतं. भसका पडलेल्या खिशात त्यांनी खुळ्यासारखा तीनतीनदा हात घातला आणि हाताला पाकीट लागेना, तसे ते घाबरे झाले. त्यांना काही सुचेनासंच होऊन गेलं. पैसे गेले हे कळताच मंडपेअण्णा हबकून गेले. खुळ्या कावऱ्यागत त्यांची अवस्था झाली, ते काहीच्या बाहीच करू लागले. पळत पळत मागे गेले आणि रिकाम्या डब्यात चढून पाकीट सापडतंय का हे बघू लागले. आपली बसलेली जागा खाली वाकवाकून नीट बघितली. सबंध डबा धुंडाळला आणि पाकीट सापडेना तसे ते पुन्हा खाली आले. उतारूंची गर्दी अजून कमी झाली नव्हती. ते त्या गर्दीकडं बघत उभे राहिले आणि कुणाला चोर म्हणून धरावं हे त्यांना कळेना झालं. लोकांची तोंडं बघत ते नुसते उभेच राहिले.

माणसांनी भरलेला फलाट रिकामा झाला आणि त्यांना भडभडून आलं. वाईट वाटण्यासारखीच गोष्ट घडली होती. दसरा आला, दिवाळी आली म्हणून आपल्या

दुकानाचं सामान आणायला ते सांगलीला चालले होते. पहिली बाकी भागवून पुन्हा नवा माल खरेदी करावा या हेतूनं तीनशे रुपये घेऊन ते निघाले होते. शंभर-शंभरच्या तीन निळ्या नोटा त्यांनी पाकिटात घातल्या होत्या. रात्रभर जागून, काय काय माल खरेदी करायचा याचं तयार केलेलं टिपणही त्या पाकिटातच होतं. तीनशे रुपये असे एकाएकी पाण्यात गेले म्हटल्यावर त्यांना हादरा बसणं साहजिक होतं. तीनचार महिन्यांची कमाईच अशी मातीत गेली होती. पैसे गेले ते गेले. शिवाय आता भांडवलाचा प्रश्न होता. पहिली बाकी चुकती केल्याशिवाय व्यापाऱ्याकडून खात्यावर माल मिळणं शक्य नव्हतं. बाकी कशी भागवायची, आता दसऱ्या-दिवाळीचा माल कसा आणायचा, एवढे पैसे कुठनं उभे करायचे, असे अनेक प्रश्न त्यांच्या मनात उभे राहिले आणि काही सुचेनासं होऊन गेलं. डोकंच चालेनासं झालं. पुढं जाण्यात अर्थ नव्हता. नुसतं तोंड बघून काही व्यापारी माल देणार नव्हता. त्याच्याकडं जायचं तर घस्सकन दोनशेतीनशे रुपयांच्या नोटा तरी त्याच्या हातावर ठेवणं भाग होतं. खिसा कापला ही सबब सांगून काही उपयोग नव्हता. उलट त्याला खोटं वाटण्याचा संभव होता. त्यापेक्षा फाटका खिसा घेऊन हात हालवत घरला जाणं शहाणपणाचं होतं.

घरची आठवण झाली आणि मंडपेअण्णांचे डोळे पाण्यानं भरून आले. घरी तरी कसं जायचं? एकदम फुकापासरी तीनशेचा खड्डा पडल्यावर बायको तरी काय म्हणेल? घरी जाऊन तिला हे तोंड कसं दाखवायचं, हा त्याला प्रश्न पडला. रुपये दोन रुपये नव्हे. घस्सकन आज तीनशे रुपयाला मुकल्यावर हा गोता सहन तरी कसा करायचा? कोणत्या तोंडानं परत जायचं? माल आणायला जायचं म्हणून झाडून गावातली उधारी वसूल केली होती. ती केली नसती तर बरं झालं असतं असं वाटू लागलं; निदान तेवढे पैसे शाबूत राहिले असते. पण देवानं वेळच चमत्कारिक आणली होती. हे असं होणार होतं म्हणूनच लोकांनी उधारी देऊन टाकली होती असं त्यांना वाटू लागलं. ही दैवी योजना त्यांच्या लक्षात आली, पण हा टोला सहन कसा करायचा? ही झीज कशी भरून काढायची? दसरा जवळ आला, आता माल कसा खरेदी करायचा? सणाचं गिऱ्हाईक कसं भागवायचं? नाना प्रश्न मनात उभे राहू लागले. सारंच महा कठीण होतं. चालता गाडाच आज एकाएकी मोडून पडल्यागत झाला होता. आता कुठं दुकान जरा बरं चाललं होतं, जरा जम बसत चालला होता. गिऱ्हाईक थोडं वाढलं होतं. चार पैसे मिळतील ही आशा होती; पण अचानक नशिबानं असा घाला घातल्यावर आता काय करायचं, ह्या डबऱ्यातनं कसं वर यायचं हे त्यांना समजंना झालं.

मंडपेअण्णांच्या तोंडचं पाणीच पळालं. त्यांना वेड लागायची पाळी आली. काही केल्या डोक्यातला विचार जाईना झाला. काय करावं हा पेच पडला. पुन:पुन्हा

विचार मनात येऊ लागला, की हे असं कसं झालं? तीनशे रुपये जवळ असताना आपल्याला झोप तरी कशी लागली आणि एवढा खिसा कापून चोर पसार होईतोवर आपल्याला कळलं कसं नाही? ही असली कसली काळझोप आपल्याला लागली, असं वाटून ते स्वत:लाच दोष देऊ लागले.

स्वत:ला दोष देण्यात तरी आता काय फायदा होता? पुढं काय करायचं ह्याचा विचार करणं भाग होतं; पण विचार काही सुचत नव्हता. निढळाचा घाम ढाळून मिळवलेले पैसे असे एकाएकी गेल्यावर विचार तरी कसा सुचणार? त्याचा जीव सारखा तळमळू लागला. डोक्यात किडे पडल्यागत झाले. गेलेले पैसे आता येणार नव्हते; पण या गोष्टीचा काही उपयोग नव्हता. हजारो लोक गाडीनं जाणार-येणार! चोरीचा तपास कसा लागावा? मनाच्या समजुतीखातर त्यांनी प्रयत्न करून बघितला, पण ज्यांच्याकडं तक्रार करावयाची त्यांनी चोराचा तपास करायच्याऐवजी यांच्याच तपासाला सुरुवात केली; तशी भीक नको पण कुत्रं आवर म्हणायची पाळी त्यांच्यावर आली! मंडपेअण्णा हवालदिल होऊन गेले आणि मान खाली घालून मुकाट्यानं ते परत गावाला आले. त्यांनी गावात पाऊल ठेवलं आणि त्यांचं मन बेचैन होऊन गेलं. कोऱ्या करकरीत तीन निळ्या नोटा सारख्या डोळ्यांपुढं येऊ लागल्या आणि घरी जायला पाय उचलेना झाला. माल आणला का म्हणून विचारल्यावर आता काय सांगायचं? चोरानं खिसा कापला म्हणून कसं सांगायचं?

त्यांच्या पोटात ढवळून आलं. घरला जाऊ नये असं वाटू लागलं; पण घरी जाण्याशिवाय गत्यंतर नव्हतं. भरगच्च रात्र झाली होती. घरी परतायला आधीच उशीर झाला होता. बायको बिचारी वाट बघत बसली असेल, हा विचार मनात येऊन त्यांनी काळीज घट्ट केलं आणि चिमणीगत तोंड करून ते घरी आले.

त्यांचं तोंड बघून बायको घाबरून गेली. अशा दुर्मुखल्या चेहऱ्यानं का परत यावं हे तिला कळेना झालं. नीट चेहरा न्याहाळून ती म्हणाली, "तोंड का असं सुमारलंय? आणि व्हंय, बोलंना का झालायसा?"

भिंतीला पाठ टेकून बसलेले मंडपेअण्णा बसल्या जागी एका अंगाला कलंडले आणि त्यांच्या बायकोचं धाबं दणाणलं. लगबगीनं पुढं होऊन त्यांना सावरत ती म्हणाली, "काय म्हनायचं हे? असं का बरं? काय झालंय मला सांगा."

लहान पोरागत तिच्या कुशीत तोंड घालून ते मुसमुसू लागले आणि तिचं काळीज थाड थाड उडू लागलं. काय चिन्हच समजेना, तसा दिवा मोठा करून ती म्हणाली, "काय झालंय सांगता, का मला असं घाबरं करता? समजू तरी काय मी?"

बायको घाबरी होऊन गेली होती. तिला असं घाबरं करणं काही योग्य नव्हतं. घडलेली गोष्ट लौकर सांगून टाकणंच शहाणपणाचं होतं; पण त्यांचा नाइलाज

झाला होता. तोंडातनं शब्दच फुटत नव्हता. सांगायला म्हणून त्यांनी दोनदा तीनदा तोंड उघडलं; पण आतनं हुंदकाच बाहेर येऊ लागला. त्यांची ही अवस्था बघून तिला भडभडून आलं. डोळ्यांतनं आपोआप टिपं गळू लागली. तीही हुंदक्यानं दाटून गेली आणि नवऱ्याचं तोंड कुरवाळून म्हणाली, ''काय झालं माझ्या राजा? का असं अवघड वाटतं? काय असं झालंय?''

पाण्याचा घोट गिळावा तसा हुंदका गिळून मंडपेअण्णा म्हणाले, ''काय सांगू तुला?''

''काय झालं?''

''चोरानं खिसा कापला माझा. तीनशे रुपये डबऱ्यात गेले!''

''खिसा कापला?''

''व्हय ग ऽ ऽ. तीनशे रुपये घेऊन गेलो आनि चोरांच्या स्वाधीन करून आलो! त्यातला एक पै पोटाला खाल्ली न्हाई मी. धड मी उपभोग घेतला न्हाई; धड बायकापोरांची हाऊस केली न्हाई. पोट बांधून पैसा मिळवला आनि त्यो मातीत घालून आलो बग...''

असं म्हणून ते हुंदके देऊ लागले आणि तो केविलवाणा चेहरा बघून ती म्हणाली, ''मिळवनारं हात धड हैत न्हवं? पैसे गेले तर जाऊ द्यात.''

''कसं जाऊ द्यात? असं त्यांनी तळमळून विचारलं आणि धीर देत ती बोलली, ''अहो, पूर्वजन्मीचं देनं असंल ते! मागल्या जन्मी फिटलं नसंल ते आता ह्या जन्मी देवानं फेडाय लावलं. असं मानायचं आनि गप बसायचं.''

''गप बसायचं! कसा गप बसू?''

''हे बगा,'' असं म्हणून ती सांगू लागली, ''काय लुळपांगळं हैसा का? मस्त देवानं मजबूत मनगटं दिल्यात. देवाजवळ जीवमान मागा. पैसा आज ना उद्या मिळंल. का काळजी करता तुमी? असं मनाला लावून तुमाला काई झालं सवरलं, तर आमी कुनाच्या तोंडाकडं बगायचं? कोन हाय आमाला?''

बायकोनं असा धीर दिला, याचं त्यांना फार नवल वाटलं. असे चार धीराचे शब्द तिच्या तोंडून ऐकायला येतील याची त्यांना कल्पना नव्हती. त्या दुःखातही त्यांना आपल्या बायकोचं फार कौतुक वाटलं. पैसे गेल्याचा त्यांना चटका बसला; पण सहन करण्याची ताकद त्यांच्या अंगात आली. ते उठून नीट भिंतीला पाठ लावून बसले. खाकरून घसा साफ केला आणि बायकोनं न विचारताच ते सांगू लागले, ''गाडी थांबली म्हणून मी जागा झालो, तर सांगली आल्याली. तिकीट काढावं म्हणून हात खिशात घातला तर खिसा कापल्याला! पाकीट कुटं हाय? बग ह्यो खिसा!''

असं म्हणून ते कापलेला खिसा दाखवू लागले आणि त्या खिशाकडं बघून

झाल्यावर ती म्हणाली, "बरं, उटा आता. चला दोन घास खाऊन घ्या आनि गप पडा बगू. दुसरा कोंचा इचार आता मनात आनू नका. चला."

"मला अन्न गिळायचं न्हाई."

"गप उटा बगू."

"खरंच मला घास गिळायचा न्हाई."

"डोळे झाकून तसंच गिळायचं. चला उटा."

"हातरून टाक. तसाच पडतो."

त्याच्या हाताला धरून उठवत ती म्हणाली, "हे काय असं बरं?"

"खरंच मला आग्रव करू नको."

"तुमी जेवनार न्हाई म्हंजे मी बी उपाशी झोपू व्हय? तुमची वाट बगत मी बसलेय आनि तुमी जेवनार न्हाई म्हंजे? चला दोन घास खाऊन घेऊ."

पाण्याच्या घोटाबरोबर चार घास गिळून ते अंथरुणावर पडले; पण झोप काही लागेना झाली. जीव तळमळत राहिला; तशी बायको उठली, पायाचा तळवा आपल्या मांडीवर घेऊन ती तेल चोळत बसली आणि म्हणाली, "कसला विचार करू नगा. डोळं झाकून गप पडा म्हंजे झोप येती बगा." त्यांनी डोळे झाकले आणि केव्हा डुलकी लागली त्यांना कळालंसुद्धा नाही.

...दिवस उगवला आणि खिसा कापल्याची बातमी गावात पसरली. सकाळी दहा – अकरा वाजेपर्यंत घर माणसांनी भरून गेलं. तीनशे रुपये गेले होतं. तेव्हा सगळ्यांना हळहळ वाटणं साहजिकच होतं. न येणारी माणसंसुद्धा चौकशीला घरला आली. हळूहळू बोलणं सुरू झालं आणि त्यांच्या काकांनी विचारलं, "न्हवं, येवडं पैसं जवळ असतापैकी तू गाडीत असा बेसुद्दी झोपून कसा गेलास?"

"काय सांगायचं काका, काळझोपच म्हनायची आनि काय?"

"तू झोपल्याशिवाय ती आली का?"

"रास्सारी सामानाची यादी करत बसलो होतो. आनि गाडीत डोळंच झाकलं! काय करायचं?"

"काय करायचं म्हनून काय इचारतोस? डोळं उघडं ठेवायला कळत नव्हतं?

काकांनी विषयाला वाचा फोडली आणि सगळ्यांनाच बोलण्याची सुरसुरी आली. लहानापासून थोरांपर्यंत सगळेच अक्कल शिकवू लागले. जखमेवर मीठ चोळल्यागत त्यांना वाटू लागले. दहा जणांची दहा तोंडं बोलू लागली. आपल्यापेक्षा वार्गीनं कमी असलेला तुका झेंडे हसून म्हणाला,"अण्णा, मला तुमच्या या वेंधळेपनाचं लई हसू येतं हो! रात्री झोपंत चोरांनी घर फोडलं असतं तर एक गोष्ट निराळी होती. ध्यादिसा तुमचा खिसा कापला म्हंजे काय भाद्दुरी ही तुमची?"

दुसऱ्या एकाची जीभ बोलली, "आनि एवडा खिसा कापूस्तवर तुमी गप कसं

बसला? अहो, ढेकून वळवळला, तर मानूस झोपंतनं उठतं आनि एवडा खिसा कापला तर तुमाला जाग आली न्हाई?''

तुकानं पुन्हा हसून विचारलं, ''काय झोपेची गोळी खाऊन गाडीत बसला होता व्हय?''

मंडपेअण्णा कळवळून म्हणाले, ''गोळी कशाला खाऊ बाबा?''

''तर मग एवडं कुंभकर्नागत कसं झोपी गेला हो?''

''सांगितलं नव्हं, रात्रीचं जागरान झालं होतं आनि डोळा लागला म्हनून.''

काका म्हणाले, ''किती शाना असशील! तुला जर रात्री जागरन झालं होतं हे म्हाईत होतं तर, मग किती सावध ऱ्हायला पायजे होतास तू?''

''तर हो, जागरनानं झोप येईल म्हनून आनि एकांदा सारखा ध्यास घेऊन जागा ऱ्हायला असता!''

तुका झेंडे कुदांडपणानं बोलला, ''अगा पर ह्यास्नी जागं ऱ्हायचं कारन काय?''

''कारन काय म्हंजे?''

''अगा ज्याला पैशाची पर्वा हाय तो जागा ऱ्हानार!''

''म्हंजे मला पैशाची पर्वा न्हाई व्हय?''

''ती असती तर असा पैसा गमावला असता का तुमी?''

''बोला बापड्यांनो! मी तर काय सांगू आता?'' असं म्हणून अण्णा डोक्याला हात लावून बसले. लोकांचं हे बोलणं ऐकून त्यांचं डोकं गरगरू लागलं. पैसे गेल्याचं दुःख मनाला सारखं सतावत होतं; त्यात हे बोलणं ऐकून घ्यायची पाळी त्यांच्यावर आली! डोक्याला हात लावून ते गुमान बसून राहिले आणि गुरुजी एकंदर सार काढून म्हणले, ''झालं ते उत्तम झालं. देव करतो ते भल्यासाठीच करतो.''

''काय भलं झालं गुरुजी?''

गुरुजी सांगू लागले, ''आज तीनशे रुपये गेले, पण जन्माचा धडा शिकायला मिळाला का नाही? असलं शिक्षण अनुभवानं येत असतं! कुणाला शेपाशे फी देऊन हे शिकायला मिळंल का?''

गुरूजी खरोखरंच चांगल्या बुद्धीनं हे सांगायला गेले आणि मंडपे अण्णांना राग येऊन ते म्हणाले, ''काय थट्टा करताय ही गुरुजी? पैसे गेले म्हणून माझा जीव कालपासून सारखा तडफडाय लागलाय आनि तुमी अशी टर उडवता व्हय?''

गुरूजी आवेशानं सांगू लागले, ''ही थट्टा नाही; खरंच सांगतो.''

''काय खरं सांगता?''

''अहो, आज तीनशे रुपये गेले म्हणजे थोडक्यात भागलं म्हणायचं. जर धा पाच हजारांची रक्कम गेली असती, तर मग काय केलं असतं?''

अण्णा भाडकन बोलले, ''मग घरला कशाला आलो असतो? तिकडंच जीव

देऊन मोकळा झालो असतो.''

लगेच गुरुजी धागा पकडून म्हणाले,''मग जिवाला मुकला असता का नाही?''

''व्हय, मुकलो असतो बाबा!''

''म्हणूनच म्हणायचं, तुमची गोष्ट त्या इतिहासातल्या ह्याच्यागत झाली...''

''कशागत म्हंता?''

''अहो, ते जिवावर बेतलं होतं, पण बोटावर निभावलं, तशातली तुमची गत झाली.''

मंडपे अण्णा म्हणाले, ''चांगला इत्यास घडला, पन तीनशे रुपये गेले की हो माझे!''

''गेले तर जाऊद्यात!''

''जाऊंद्यात,''

''फुकट गेले का? लाख मोलाची अक्कल मिळाली की नाही?''

''तर अक्कल मिळाली की! चांगली अद्दलच घडली बगा.''

''आता खिशात एक आठबारा आणे जरी असले तरी झोप लागंल का तुम्हाला? अहो पोरं कॉलेजला शिकायला ऱ्हातात. वर्षाला हजार रुपये त्यांना खर्च येतो; पण त्यांना जे ज्ञान मिळत नाही ते तुम्ही अवघ्या तीनशे रुपयांत मिळवलं, हे काय कमी झालं?''

तुका झेंडे जोरानं म्हणाला, ''आनि गरुजी, हे ज्ञान अवघ्या एका दिवसात मिळालं!''

काकाही बोलले, ''अनुभव थोर आला! असा अनुभव कुनाला येतो? ह्या अनुभवाच्या जोरावर आता ह्याला न्हेऊन मोठ्या बँकेत बसवा की! बगा कारभार चोख होईल का न्हाई?''

काकांचं हे बोलणं मंडपेअण्णांच्या जिव्हारी लागलं. आतल्याआत तळमळून ते म्हणाले, ''म्हणजे माझे पैसे गेले हे तुमा लोकांना बरंच वाटतंय म्हना.''

काका उसळून बोलले, ''त्यापायी बोलतोय व्हय आमी? काय शानपन हे!''

''तर मग पैसे गेले म्हनून हळहळ वाटंल, का थट्टा करता माझी?''

काकांनी खुलासा केला, ''अरं, आमाला हळहळ वाटली म्हनूनच हे बोलतो. गावातला दुसरा कुनी येत न्हाई बरं तुला बोलायला?''

तुका झेंडे म्हणाला, ''असा गैरसमज होत असंल तर कशाला बोलायचं काका?''

''व्हय, काय नडलंय आपलं?'' असं म्हणून काका उठले आणि हातात काठी घेऊन बाहेर निघाले. त्यांच्या पाठोपाठ बाकीचीही मंडळी उठली. तसे मंडपेअण्णा हाका मारून म्हणाले, ''का चालला एकाएकी? गैरसमज करून घेऊ नका.''

दारात उभे राहून काका बोलले, ''गैरसमज करून घ्यायचं काय कारण बाबा? तू पैसे गमवायला नेटका हैस! आमाला बोलायचं कारन काय? काय तुका?''

''तर हो, रोज गाडीतनं झोपून जावा. आमाला काय करायचं - कसं गुरुजी?''

''खरंच आहे.'' असं म्हणून मंडळी निघून गेली. घर शांत झालं. आता कसला विचार न करता गप घटका दोन घटका पडून राहावं म्हणून अण्णा उठून आत आले आणि एक जाजम टाकून त्यावर ते पडले. एक हात दुमडून उशाला घेतला आणि ते डोळे झाकणार इतक्यात त्यांची बायको जवळ येऊन बसली. त्यांना दोन्ही हातांनी गदागदा हलवत विचारू लागली, ''मस्त रात्री झोप लागलीया. आता उठून बसा आणि मला नीट सांगा बगू.''

''काय सांगू तुला आनि?''

''न्हवं, डब्यात एवडी गर्दी असताना तुमचा खिसा कसा कापला? कोन बसलं होतं शेजारी?''

ते काऊन बोलले, ''आतापतुर मस्त झाली की बाई चर्चा! फुरं झाली न्हाई ती?''

आपल्या कपाळावर हात मारून ती म्हणाली, ''तीनशे रुपये लोकांच्या मड्यावर घालून आलासा? असं बेसुद्दी कसं गेलं म्हंते मी?''

मंडपे अण्णाही उठून बसले आणि फडाफडा आपल्याच थोबाडीत मारून घेऊन म्हणाले, ''तू एक बोलनार ऱ्हायली होतीस. बोल बाई. ते गुरुजी एक धडा देऊन गेले आता तू कोंचा धडा देतीस?''

■

भेटीगाठी

दुखण्यानं पडलेल्या बाळाईत आता काही अर्थ राहिला नव्हता. आज सकाळपासनं दोनदा तिनं घाबरं केलं होतं. नुसती धुगधुगी राहिली होती. पंथाला लागलेल्या बाळाईचा प्राण पोरांसाठी घुटमळत होता...

तीन ठिकाणी संसार मांडून बसलेली पोरं केव्हा येतात याचीच सारेजण वाट बघत बसले होते. बाळाईचं घर माणसांनी भरून गेलं होतं. सकाळपासून माणसं भेटीला येत होती. वर्दळ सारखी सुरूच होती. त्याला दम नव्हता. भाऊबंद कामधंदा सोडून गोळा झाले होते. बाळाईच्या भोवती माणसं मुक्यानं बसून होती. तिच्या लेकी डोळ्यांना पदर लावून बसल्या होत्या. माजघर बायकांनी भरून गेलं होतं. बाहेर सोप्यातही माणूस बसून होतं. बाळाईच्या घराची कळाच गेली होती.

माजघरातली मावळतीच्या अंगाची पाल पुन्हा चुकचुकली तशी बाळाईची थोरली लेक पार्वती उठून सोप्यात आली आणि डोळ्यांना पदर लावून आपल्या चुलत भावाला म्हणाली, "अण्णा, त्या मावळत्या अंगाची पाल मगाधरनं सारखी बोलायला लागलीय गा..."

अपारायाअण्णा नीट भिंतीला टेकून बसला आणि चिलमीला छापी गुंडाळत म्हणाला, "पारबती, बाई म्हातारीची आशा आता धरून काय उपेग हाय का? आता असंच मन घट्ट करायचं बग."

पारबतीच्या डोळ्यांतनं घळाघळा पाण्याच्या धारा गळू लागल्या, तसा लांब बसलेला तुकाराम मामा उठून येत म्हणाला, "काय ह्यो खुळापना ! व्हायची तेवडी शेवा हातानं झाली ह्यातच गोड मानून घ्यायचं."

हुंदके आवरून आणि डोळे पुसून पारबती म्हणाली, "मी मस्त शेवा केली; काय कमी पडू दिलं न्हाई."

तोंडाची चिलीम बाजूला करत धूर सोडता सोडता अपारायाअण्णा म्हणाला,

“तू करायचं तेवडं म्हातारीचं केलंसच की. रातध्यान जवळ बसून ऱ्हायलीस. आनि काय करायचं? सोबत सपली. आता म्हातारी कुठली ईल? काय तुकाराम?”

अपारायाअण्णाच्या हातातली चिलीम आपल्या हातात घेत तुकाराम मामा म्हणाला, “व्हय की. शेर सपल्यावर कोन काय करनार गा?”

“न्हवं, तसं बगाया गेलं तर बाळाईचं चांगलंच झालं की गा ! काय वंगाळ झालं? पोरं शिकली सवरली. आपापल्या परपंचाला शानी झाली. सारं नीट रांकला लागल्याव म्हातारीच जीव कशात अडकायचं काय कारन हाय का?”

पारबतीनं पुन्हा डोळे पुसले आणि स्वत:शीच बोलल्यागत ती म्हणाली, “पोरांच्या भेटी तेवढ्या घडायला पायजेत, म्हंजे तिची आशा कशात ऱ्हानार न्हाई.”

“आता दोन ठिकाणी मानूस धाडलंय. पुण्याला तार केलीया. आनि काय करायचं आपुन?

“आण्णा, धाकल्या लेकात तिचा जीव लई आडिकलाय गा. ‘इरगोंडा’ असं नाव घेतलं म्हंजे तेवडं डोळं उघडून बघती म्हनना.”

“हे सगळं खरं, पर परठिकाणाहून मानूस याचं म्हंजे लगोलग येता ईल का?” तुकाराम मामाही मान हलवून म्हणाला,“आगा, येळेवर गाडी गावाय पायजे. सगळ्या परस्वाधीनच्या गोष्टी. ते काय आपल्या हातातलं हाय व्हय?”

येवड्यात पारबती कावरीबावरी होऊन भिंतीला कान लावून म्हणाली, “अण्णा, जरा कान देऊन बगा बगू, मोटारआली असं वाटतंय.” सगळेच गप बसून बाहेर कान देऊन ऐकू लागले. मोटारीच हॉर्न ऐकू आल्यागत झाला तसा अपारायाअण्णा समोर मांडी घालून बसलेल्या महादेवाला म्हणाला,“ए पोरा, ऊट. येशीपतुर जरा आडवा हो बगू. बग कोन आलंय का नाई.”

मान खाली घालून मुक्यानं बसलेला महादेव उठून बाहेर गेला. सगळेच वाट बघत बसून राहिले. न बोलता बाहेर रस्त्याकडे बघत बसले. एवढ्यात आत गडबड झाली आणि बाहेर रस्त्याकडे डोळे लावून बसलेल्या पारबतीला आतनं हाक मारली, “पारबतीअक्का, आत या बगू. लौवकर या. बाळाई कशा करा लागल्यात बगा.”

हाक ऐकून पारबतीचा जीव धपापला. मनानं धसका खाल्ला आणि हात-पायच लुळं होऊन पडलं. जीव नाही तशी उठून ती कशीतरी आत गेली आणि लगेच दाराच्या तोंडाशी येऊन घाबऱ्या-घाबऱ्या म्हणाली, “अण्णा, आत या जरा, काय चिन्न निराळं दिसाय लागलंया.”

त्याबरोबर अपारायाअण्णा गडबडीनं आत गेला. सोप्यात बसलेली बाकीची माणसंही उठून उभी राहिली. दाराच्या तोंडाशी गर्दी करून आत डोकावू लागली. आत माजघरातही घबराट पसरला होता. मुलं मांडीवर घेऊन बसलेल्या बायका चटाटा उठून उभ्या राहिल्या. बाळाईच्या लेकी एकीमेकींच्या गळ्यात पडून आतल्या

आत हुंदके देऊ लागल्या. साऱ्यांचा धीरच खचून गेला होता. पारबती तोंडात पाणी घालत होती,"तोंडाची मिट्टीच उघडंना झालीया न्हवं? अवं, तुमी तरी जरा हाक मारून बगा."

अपारायाअण्णा जवळ जाऊन म्हणाला,"बाळाई, ए बाळाई, तोंड उघड... घाबरं का करायचं लोकास्नी असं? उघड तोंड."

पिलाच्या चोचीत बाळाईनं उगंच जरासं तोंड उघडलं आणि एक चमचाभर पाण्याचा घोट गिळून ती शांत पडून राहिली. फोडलेला कांदा पारबतीनं बाजूला ठेवला. अफू घेऊन लहान मूल खुडूक होऊन पडावं, तशी बाळाई निपचित पडून राहिली. कसलीच हालचाल दिसेना झाली म्हणून अपारायाअण्णानं पुढं होऊन डोळ्यांच्या पापण्या वर करून नीट पारखून बघितलं. आणि मागं सरत तो बोलला, "पारबती, जरा बसून कशानंतरी वारं घाल बगू."

पारबती खाली बसून अंगावरच्या पदरानंच वारं घालू लागली. येवडयात वेशीकडं गेलेला महादेव पळत सांगायला आला,"मलगोंडकाका आला."

महादेवचा निरोप ऐकून पारबती बाळाईच्या कानाजवळ तोंड नेऊन म्हणाली, "मलगोंडा आला."

मलगोंडाचं नाव ऐकताच बाळाईनं एकदा जोरात श्वास घेतला. अंगाची जरा हालचाल केली आणि डोळे किलकिले करून ती बगू लागली.

"सप्पय उघड बगू डोळं. मलगोंडा आला न्हवं का? चांगलं डोळं भरून बगनार हाईस का पोरास्नी?"

बाळाईनं पुन्हा अंगाची हालचाल केली. खाली पडलेला एक हात उचलून वर छातीवर घेतला. दोन्ही हातांच्या मुठी हलक्याच उघडून बोटं ताठ केली. डोळे नीट उघडले. दोन्ही अंगांना मान वळवून बाळाई बगू लागली.

एवढ्यात बाळाईचा थोरला मुलगा मलगोंडा बायका पोरांना घेऊन दारात आला. त्याचे पाय सोप्यात वाजताच बाळाईनं अंगात बळ आणून कुशी बदलली आणि ती टक लावून बगत राहिली. जवळ बसलेली पारबती तिथनंच हाक मारून म्हणाली, "मलगोंडा, लौकर आत ये बाबा. तुमच्या पावलांचा आवाज ऐकून किती हुशारी आली बग तुझ्या आईला !"

बरोबर आणलेल्या सामानाची नीट व्यवस्था लावून मलगोंडानं बाहेर पायरीवरच पायांवर पाणी घेतलं.

खळाखळा चूळ भरली आणि टावेलानं तोंड पुसत तो आत जाऊ लागला. माजघरात दाराच्या तोंडाशीच बसलेल्या आपल्या धाकट्या बहिणीला बघून त्यानं विचारलं, "केव्हा आलीस सोनी तू?"

डाळ्याला पदर लावून बसलेली सोनी काही बोलायच्या आतच पारबती आतनं

बोलली, ''ती येऊद्या कवा तरी ! आदी आत येऊन आईला भेट बाबा.''

मग तो आत आईजवळ उभा राहिला. बाळाई आपल्या लेकाच्या तोंडाकडं हपापल्या नजरेनं टक लावून बघत राहिली. बघता बघता तिचे डोळे भरून आले आणि दोन्ही डाळ्यांच्या कोपरातून थेंब निखळू लागले. डोळ्यांच्या कडा पदराच्या शेवटानं पुसत पारबती खाली वाकून विचारू लागली, ''कोन आलंय? व्हय, कोन आलंय हे ?''

मघापर्यंत खुडुक होऊन पडलेली बाळाई पोराच्या भेटीनं गदगदून गेली. काळीज जोरानं हलाय लागलं. आपला कापरा हात बाळाई अंतराळी धरून गळ्यातच बोलू लागली. काही कळेना झालं, तशी जवळ उभी राहिलेली जुगळ्याची ताणू खाली वाकून मोठ्यानं विचारू लागली, ''बाळाई, कोन आलंय? वळक लागली का? सांग की कोन आलंय.''

बाळाईनं डोळे उघडून मान हलवली आणि घुटका गिळल्यागत करून ती तोंडातल्या तोंडात बोलली, ''मलगोंडा.''

बाळाई बोलली ! सकाळधरनं वाचा गेलेली बाळाई लेकाला बघून बोलू लागली. गेलेली वाचा परत आली हे बगून पारबती लगालगा बाहेर आली आणि अवघडून सोप्यात बसलेल्या लोकांना सांगू लागली, ''मलगोंडाला बघून आई बोलाय लागली की ! चांगलं 'मलगोंडा' असं तोंडानं म्हनाली.''

पारबतीची आशा बळावली. ती ज्याला त्याला सांगत फिरू लागली. सारखं आत बाहेर करू लागली. झोपेत असल्यागत ती अधनंमधनं हेच बोलू लागली. मग मलगोंडाची दोन्ही पोरं हाताला धरून ती त्यांना बाळाईकडं घेऊन आली. पोरांना बाजल्याजवळ उभं करून ती म्हणाली, ''नातवास्नी बग बगू डोळं उगडून.''

बघ म्हटल्यावर बाळाईनं डोळं उघडले आणि टक लावून ती बघत राहिली. एका लेकीनं आतनं दूध आणलं आणि मलगोंडाच्या हातात देत ती म्हणाली, ''दोन चमचं घेती का बगा.''

मलगोंडानं चमचा तोंडाजवळ नेला. बाळाईनं तोंड उघडलं. गुटुक गुटुक करून बाळाई गिळू लागली. लहान मुलागत ओघळ जाऊ लागले. चार चमचे दूध घेतल्यावर पोटात गडगडाय लागलं; तशी बाळाई हात लावून म्हणाली,''फुरं. नको –'' दुधाची वाटी बाजूला ठेवून पारबती म्हणाली,''बाबा, आमच्या हातनं एक बशीभर दूद घ्यायचं तर किती जुलूम करायचा त्याला? कशी हाय तऱ्हा?''

बाळाई डोळे उघडून बघू लागली. तोंडानं एकेक शब्द बोलू लागली. घरातलं वातावरण बदलून गेलं. सकाळपासून निपचित पडलेली बाळाई ह्या कुशीवरून त्या कुशीवर होऊ लागली. हात हालवून पारबतीला म्हणाली, ''पारबती...''

''काय म्हणतीस?''

"पानी घे जरा."

तापवून गार व्हायला ठेवलेलं पाणी आणायला पारबती स्वैपाकघरात गेली. मलगोंडाची दोन्ही पोरं पाटांवर बसून मलिदा खात होती. त्यांची आई पेट्या उघडून काही शोधत होती. पारबती आत आली तशी ती म्हणाली, "तूप कुटं ठेवलंय?"

तिकडं न बघताच भांड्यात पाणी ओतून घेत पारबती बोलली, "तूप कुठलं आलंय बाई घरात? कुनाचं ध्यान हाय तिकडं?" असं म्हणून पाणी घेऊन आत गेली आणि तिच्या मनाला एक प्रकारची टोचणीच लागून राहिली. कुणाच्या तरी हातात पाण्याचं भांडं देऊन ती बाहेर सोप्यात जाऊन बसली. एकटीच विचार करत राहिली. तसा अपारायाअण्णा म्हणाला, "मलगोंडा तरी एक आला. आता रायगोंडा आनि इरगोंडा कवा येत्यात बगू."

हाताचा मुटका गालाला लावून बसलेली पारबती बसल्या बसल्या ढसाढसा रडू लागली.

पारबती एकाएकी असं डोळं गाळू लागली हे बघून तुकाराम मामा कावून म्हणाला, "ह्याला काय शानपना म्हनत्यात व्हय? आता कुनी सांगायचं तुम्हाला? आता आनि काय झालं?"

डोळ्यांला पदर लावून पारबती बोलली, "काय न्हाई बाबा-काय व्हायचं?"

"मलगोंडाची तरी भेट झाली?"

"भेट झाली आनि हुशारीबी वाटाय लागली, पर धाकल्या लेकाची तेवडी भेट व्हायला पायजे."

अपाराया पुन्हा चिलमीला छापी गुंडाळत बोलला, "आता म्हातारी बोलाय लागली. पोरांची भेट झाल्याबिगार ऱ्हात न्हाइ."

तुकाराममामाही म्हणाला, "अहो, पैलं मानूसच पुण्यवान ! पोरांची भेट घ्यायला सकाळधरनं कसा जीव ठेवून होती बगा की."

वर आढ्याकडं बघत पारबती बोलली, "जीव अजून अडकलाय तिचा. धाकला तेवडा याला पायजे – शेंडेफळ हाय ते !"

येवढ्यात मोटार दारात आली आणि सोप्यात बसलेली माणसं उठून उभी राहिली. कोण आलं म्हणून बाहेर बघू लागली तवर बाहेरनं कुणीतरी सांगितलं, "रायगोंडा आला, रायगोंडा!"

बाळाईनं डोळे उघडले आणि मधला मुलगा रायगोंडा जवळ येऊन उभा राहिला. रंगीबेरंगी मनीबॅग हातात धरून सूनही जवळ उभी राहिली. अंमलदाराच्या थाटात आलेला रायगोंडा कुणाला ओळखूही येत नव्हता. माणसं बुजून लांब उभी राहिली. डोळ्यांना दुर्बीण लावून हेरावं तशी ती त्यांच्यावर नजरा रोखून बघत राहिली.

बाळाईनं दोन्ही हात वर करून थरथरत्या पंजांनी आपल्या पोराचं तोंड कुरवाळलं, तशी पारबती म्हणाली, ''रायगोंडा आलाय. तुझ्यापायी पेशल मोटार करून आलाय !''

बाळाईनं समाधानानं दोनदा मान हालवली आणि मधल्या सुनेकडं ती बघत राहिली. पारबती पुन्हा सांगू लागली. ''मधली सून न्हवं का तुझी?''

ओळखलं हे सांगण्यासाठी तिनं पुन्हा दोनदा मान हालवली आणि सुनेकडं बघत ती पुटपुटली, ''इमल, इमऽल?''

नातीचं नाव घेऊन ती विचारू लागली तशी सून म्हणाली, ''तिला नाही आणलं. तिची परीक्षा जवळ आलीय.''

बाळाईनं डोळे झाकून घेतले आणि तिचा ऊर धडाडू लागला. डोळ्यांतून पाणी गळू लागलं. पारबती डोळे पुसून म्हणू लागली, ''असं का हे बरं? व्हय, डोळं का गाळायचं असं? पोरं लांब गेली, भेटत नाहीत म्हनत हुतीस आनि मग का असं? एवडं लांबनं धावून आलं तुला बगायला आनि आता असं करायचं व्हय?''

अंगावरचे कपडे काढून मलगोंडा आत आला आणि आईशेजारी बसून तो भावाला म्हणाला, ''मी बसतो. तू जा, कपडे काढ जा.''

मलगोंडा तिथं बसून राहिला तसा अपारायाअण्णा उठून आत आला. मलगोंडाच्या शेजारी बसून म्हणाला, ''काय, रायगोंडाची वळकबी लागना आम्हाला ! आता इरगोंडा तेवढा याचा ऱ्हायला.''

मलगोंडा काही बोलला नाही तसा अपारायाअण्णा पुन्हा म्हणाला, ''सकाळी काय तरी नवाला तार केलीया बगा.''

तरीही मलगोंडा गपच राहिला. न बोलता बसून राहिला, तशी पारबती हुंदके देऊन म्हणाली, ''इरगोंडाला तेवडं आनायचं बगा.''

गप बसलेला मलगोंडा एकदम तोंड उघडून बोलला, ''पुणं काय जवळ आहे होय?'' सगळेच धपापून गप राहिले. फाडकन मलगोंडा असा का बोलला हेच पारबतीला कळेना झालं. सारा गोतावळा जमवा म्हणून सांगण्यात काय चूक झाली? इरगोंडाचं नाव घेऊन बाळाई चार दिवस उसनत होती हे सांगावं म्हणून ती म्हणाली, ''आज चार दिस झालं; जाबडल्यागत सारकं 'इरगोंडा' एवडं नाव तिच्या तोंडात हाय.''

कपाळाला आठ्या घालून मलगोंडा ऐकू लागला तशी ती उठून बाहेर सोप्यात गेली. बाहेर बसून ती हुंदके देऊ लागली...

मलगोंडाशेजारी बसलेल्या अपारायाअण्णाला बघून तुकाराममामाही उठून आत गेला आणि मलगोंडाशेजारी बसून म्हणाला, ''आता इरगोंडा काय शिकतोय म्हनायचं?''

''तो आता एम.बी.बी.एस.चा अभ्यास करतोय.''

"म्हंजे कोंचा कोर्स म्हनायचा ह्यो?"

"डॉक्टरचा कोर्स."

दोन्ही हात हालवून तुकाराममामा आश्चर्यचकित होऊन म्हणाला, "काय डोस्कं असंल बगा ! कुनीकडच्या कुनीकडं शिकत गेला !"

मग अपारायाअण्णानं हळूच विचारलं, "मलगोंडअण्णा, आता तुमी कोंच्या कामावर हैसा?"

"मी आता अव्वल कारकून आहे."

"आनि रायगोंडाची लाईन कोंची म्हनायची?"

"तो लेबर ऑफिसर आहे."

ह्यावर तुकाराममामा अपारायाकडं बघून म्हणाला, "आपल्याला काय समजायचं गा ह्यातलं ! आपण रेड्यापाड्याचा औत मारत हितं बसल्यालं."

"व्हय की, आपल्याला काय कळायचं त्यात? कायबी म्हन, बाळाईचं घरानंच फुडं गेलं. गावात कुनाची पोरं अशी शिकली गा?"

"फुकटचं व्हय लिवनं-वाचनं? मोटारी नव्हत्या तवा पोरं कोलापुरात शिकाय ठेवली. म्हातारा एक दिस आडानं दुभत्याचा हारा डोस्क्यावर घेऊन हितनं कोलापुरापतूर चालत जायचा पोरासाटनी?"

बोलणं असंच वाढत चाललं. बाळाई ह्या अंगावरची त्या अंगावर होऊन काहीतरी पुटपुटू लागली. बाहेर बसलेली पारबती उठून आत आली. जवळ जाऊन ती विचारू लागली, "काय बाई काय म्हंतीस?"

"इरगोंडाऽऽऽ"

अपराया म्हणाला, "तार केलीया पुन्याला."

"इरगोंडाऽऽऽ"

"असं का बरं? ईल की आता."

बाळाईनं इरगोंडाचा जपच सुरू केला, कष्टानं बोलून घामानं कपाळ भरून गेलं. थोड्या वेळानं तोंडात शब्द फुटेना झाला. घशात एकाएकी घरघर सुरू झाली; तशी सारी भोवतीनं गोळा होऊन उभी राहिली. मलगोंडा मांडी देऊन बसला. दुसऱ्या अंगाला रायगोंडा डोळ्याला रुमाल लावून आतल्या आत हुंदके देऊ लागला. पाण्याचं भांडं तोंडाजवळ नेत पारबती म्हणाली, "मलगोंडा, तू सांग बाबा. म्हनावं, काय काळजी करू नको. इरगोंडाची काळजी तिला लागलीया बाबा."

अपारायाअण्णा नीट पारखून म्हणाला, "मलगोंडअण्णा, पानी एक घोटभर घाला बगू चमच्यानं. लौकर पानी घाला तुमच्या हातानं."

मलगोंडानं पाण्याचा चमचा तोंडात घातला; पण पाणी काही पोटात गेलं नाही. मग तोंड उघडून पुन्हा पाणी घातलं तेही काही नरड्याखाली उतरंना झालं. घशातच

गुडगुडाय लागलं.

डोळ्यावरचा रुमाल तोंडावर धरून रायगोंडा थोरल्या भावाला म्हणाला, "आता इरगोंडा केव्हा येनार अण्णा?"

मलगोंडा हळू आवाजात म्हणाला, "मी इकडं निघण्यापूर्वी त्याला ट्रंककॉल केला होता."

"कोणत्या गाडीनं येतो म्हणाला?"

"I told him, don't waste your time... We are there...परीक्षा जवळ आलीय त्याची. वर्ष फुकट जायचं..."

बाळाईची घरघर थांबली आणि तिच्या लेकी पालथ्या पडून आक्रोश करू लागल्या. एकाएकी दंगा उसळला. पारबती बाळाईला कवटाळून म्हणू लागली, "आता कुनाला 'आई' म्हनून हाक मारू ग? इरगोंडाची भेट न घेताच कशी गेलीस? त्याला न भेटताच जावंसं तरी कसं वाटलं तुला? मागच्या दिवाळीला आला तवा त्याला घालवत येशीपतून गेलीस ! तीनतीनदा मान वर करून त्याला म्हनालीस, 'लौकर ये' आनि त्याची भेट न घेता तूच निघून गेलीस व्हय? कुटं गेली माझी आई म्हणून इचाराय लागला तर काय सांगू गं त्याला? कुटं गेलीस म्हनून सांगू?"

■